இவன் தனித்துவமானவன்

சாதனைகளுக்கு சொந்தக்காரன்

வெங்கடேஷ் கிருஷ்ணமாச்சாரி

INDIA · SINGAPORE · MALAYSIA

போற்றுதலுக்கு உரியவர்கள்

"இவன் தனித்துவமானவன்" என்ற இந்த புத்தகத்தை எழுத எனக்கு ஊக்கமளித்து உறுதுணையாக இருந்த என்னுடைய குடும்ப உறுப்பினர்கள் மற்றும் உறவினர்கள் அனைவருக்கும் நன்றி கூறுவது என்னுடைய கடமை.

என் மனம் சோர்ந்து போகும் பொழுதெல்லாம் என்னை தட்டி கொடுத்து, ஆறுதல் கூறி, உத்வேகத்துடன் செயல் பட வைத்த என் மனைவி மற்றும் குழந்தைகள் அனைவருக்கும் நன்றி கூறுவதில் ஆனந்தம் கொள்கிறேன்.

குடும்பம் ஒரு கோவில் என்றும் அதில் குழந்தைகள் எல்லாரும் நாம் வணங்கும் கடவுளின் அருள் பிரசாதம் என்று பெரியவர்கள் கூறுவார்கள். உண்மையிலேயே இந்த புத்தகத்தை நான் வடிவமைத்ததிலும், உதாரண கதைகளை எழுதியதிலும் உதவி செய்த அவர்களுடைய ஆர்வத்தையும் ஈடுபாட்டையும் போற்றி நன்றி கூறும் இத்தருவாயில் அவர்களுடைய எதிர்காலம் சீரும் சிறப்புமாக அமைய இறைவனை ப்ரார்த்திக்கிறேன்.

இந்த புத்தகத்தை பயிலும் உங்களிடம் இருந்து கிடைக்கும் வாழ்த்துக்கள் அனைத்தும் அவர்களையும் சேரும் என்று கூறி உங்களை இந்த புத்தகத்தை வாசித்து பயன் பெறுமாறு கேட்டுக்கொள்கிறேன்.

கடவுள் நமக்கு அளிக்கும் விலைமதிப்பற்ற பரிசு குடும்பம்!

நாம் எங்கு எந்த குடும்பத்தில் பிறக்க வேண்டும் என்பதை நாம் முடிவு செய்வதில்லை, முடிவு செய்யவும் முடியாது!

ஆனால் நம்முடைய குடும்பம் மகிழ்ச்சியாகவும், மன நிறைவுடனும் வாழ்வதற்கான சூழலை அமைத்து கொண்டு நிறைவான வாழ்க்கையை வாழ்வது என்பது நம்முடைய மனப்பான்மையும் குணத்தையும் பொறுத்தது!

நல்லதை விரும்புவோம்!
நல்லதை செய்வோம்!
நல்லதை அறுவடை செய்வோம்!

<u>Dear Mr. Venkatesh:</u>

தாங்கள் எழுதிய 'இவன் தனித்துவமானவன்' என்னும் உங்கள் எண்ணத்தில் தோன்றியவைகளை தொகுத்து (Compile) புத்தகமாக வெளியிடும் முயற்சிக்கு என் மனமார்ந்த பாராட்டுக்கள்! மற்றும் ஆசிர்வாதம்.

தங்களது புத்தகத்தில் வரும் அனைத்து பண்புகளும் பின்பற்ற வேண்டிய நல் குணங்களும், போற்றத்தக்க வழிமுறைகளும் சில ஆண்டுகளுக்கு முன்பு பெரும்பாலான மனிதர்களிடம் இருந்தவைகள்தான்.

மிக வேகமாக, இயந்திரமயமாகிவிட்ட தற்காலத்தில் அனைத்தும் தொலைத்து அதனால் நிம்மதி மற்றும் வாழ்க்கையையும் தொலைத்து நிற்கும் நிஜக்கால மனிதனுக்கு ஞாபகப்படுத்தும் செயலாகவே உங்கள் புத்தகத்தை பார்க்கிறேன்.

இத்தகைய அருமையான படைப்பை எழுதிய தங்களுடன் நானும் சில காலங்கள் இருந்திருக்கிறேன் என்பதே எனக்கு பெருமையாக நான் கருதுகிறேன். உயர்ந்த சிந்தனை, தெளிவான அறிவு, சமூக பொறுப்பு உள்ளவர்களால்தான் இதே போன்ற பண்படுத்தும் கட்டுரைகளை படைக்க முடியும். சந்தேகமின்றி தாங்களும் அத்தகைய பெருமைப்படும் நபர்களில் ஒருவர்.

நன்றி! பாராட்டுக்கள்!

R. ஹரிஹரன்,

முதல்வர்,

சுவாமி அபேதானந்தா பாலிடெக்னிக்,

தெள்ளாறு – 604406

திரு. ஹரிஹரன் சார் அவர்களுக்கு நன்றி மடல்

 **திரு. ஹரிஹரன்** சார் அவர்களிடம் இருந்து கிடைக்கப்பெற்ற இந்த வாழ்த்து மடலை கண்டு மனம் மகிழ்ந்தேன். நான் அவரிடம் மாணவனாக பொறியியல் பயின்ற அந்த இனிமையான காலத்தை நினைவு கூர்ந்து பார்க்கிறேன்.

திரு. ஹரிஹரன் சார் அவர்கள் என்னை போன்ற மாணவர்களுக்கு ஆசானாகவும் ஒரு சிறந்த வழிகாட்டியாகவும் திகழ்ந்தார். அவர் அனைத்து மாணவர்களையும் சமமாக நடத்தும் விதம், அனைவருக்கும் சம வாய்ப்புகள் கொடுக்கும் அவருடைய குணம் மற்றும் தலைமை பண்புகளை மிக அருகில் இருந்து பார்த்து பயின்ற அதிர்ஷ்டசாலி நான்.

சார் அவர்களுடைய தலைமை பண்பு காலத்தால் அழியாத ஒன்று. என்னை போன்றவர்களின் மனதில் சார் அவர்கள் என்றென்றும் ஒரு உதாரண புருஷனாக சிம்மாசனமிட்டு அமர்ந்து எங்களை வழிநடத்துவார் என்று கூறி கொள்வதில் பெருமையும் மகிழ்ச்சியும் அடைகிறேன்.

உள்ளடக்கம்

உள்ளடக்கம்

முன்னுரை

அனைவரின் நலனுக்காக ஒரு கட்டுரை எழுத வேண்டும் என்பது எனது நீண்ட நாள் ஆசை.
நம் வாழ்க்கையை மகிழ்ச்சியாகவும் வெற்றிகரமாகவும் நடத்துவதற்கான வழிமுறைகளைப் பற்றி எடுத்துக்கூறும் ஒரு கட்டுரையாக அது இருக்க வேண்டும் என்று நினைத்தேன்.

என் குலதெய்வம் திருப்பதி ஏழுமலையான் மற்றும் என் தாய் தந்தையின் பரிபூரண ஆசிகளுடன் "இவன் தனித்துவமானவன்" என்ற இந்த நூலை எழுதி உங்களுக்காக கொடுத்துள்ளேன்,

இதில் குறைகள் ஏதேனும் இருந்தால் என்னை மன்னித்து, என் எதிர்கால முன்னேற்றத்திற்க்காக உங்களின் உயர்வான அறிவுரைகளை என் மின்னஞ்சலுக்கு அனுப்பும்படி தாழ்மையாக கேட்டுக்கொள்கிறேன்.

என்றும் உங்கள் நலனை விரும்பும்

வெங்கடேஷ் கிருஷ்ணமாச்சாரி
Mail: rkvdirect@gmail.com
Twitter: @DirectRkv

"Scan the QR code to listen the audio version of Ivan thanithuvamanavan" "ஆடியோ வடிவை கேட்பதற்கு QR குறியீட்டை ஸ்கேன் செய்யவும்"

ஒருவரின் வெற்றியைத் தீர்மானிப்பதில் அவரின் பன்முகத்தன்மை மற்றும் தனித்தன்மையின் பங்கு (Versatality and Uniqueness)

பன்முகத்தன்மை (Versatile personality) உடையவர்கள் பல செயல்களை மிக நேர்த்தியாகவும் எளிதாகவும் செய்து முடிக்கும் திறன் படைத்தவர்களாக இருப்பார்கள்.

பன்முகத்தன்மை கொண்டவர்கள் சூழ்நிலைக்கு ஏற்ப தங்களை மாற்றி அமைத்துக் கொள்வார்கள்.

அந்த குறிப்பிட்ட சூழல் அவரின் சேவையை அல்லது பங்களிப்பை எவ்வாறாக எதிர் பார்கிறதோ அதற்கு தகுந்தாற்போல் அவர்களின் செயல்பாட்டை, திறமையை வெளிப்படுத்துவார்கள்.

எளிமையாகச் சொல்ல வேண்டும் என்றால், அவர்கள் கிரிக்கெட் அணியில் உள்ள ஆல்-ரவுண்டர் போன்றவர்கள், அவர்கள் பல செயல்களை ஒரு தனி மனிதனாகவே மிக நேர்த்தியாக செய்யும் வல்லமை உடையவர்களாக இருப்பார்கள்.

பன்முகத்தன்மை கொண்டவர்கள் ஒரு இடத்தில் இருக்கிறார்கள் அல்லது ஒரு செயலில் ஈடுபடுகிறார்கள் என்றால், பல நபர்களின் மூலையை கொண்டு செய்ய வேண்டிய ஒரு செயலை (Using several peoples brain), எந்த சிரமமும் இன்றி ஒரு தனி நபராகவே அதை செய்து முடிக்கக்கூடிய திறமை படைத்தவர்களாக இருப்பார்கள்.

தனித்தன்மை உடையவர்கள் சமூகத்தில் உள்ள அனைவரையும் விட வித்தியாசமான குணாதிசயங்களைக் கொண்டவர்களாக இருப்பார்கள்.

தனித்தன்மை உடையவர்கள் எப்பொழுதும் தங்களின் செயல்பாடுகளும், யுக்திகளும் மற்றவர்களை காட்டிலும் தனித்துவமாகவும், நேர்த்தியாகவும் அமையும் படி பார்த்துக் கொள்வார்கள்.

இவர்கள் வேறு எவராலும் செய்ய முடியாத கடினமான செயல்களையும் துள்ளியமாக செய்து முடிப்பார்கள். மற்றவர்களுடன் ஒப்பிடுகையில், தனித்தன்மை உடையவர்கள் அவர்களுக்கு என்று தனித்துவமான ஆசை, விருப்பம் மற்றும் குறிக்கோள் கொண்டிருப்பார்கள்.

உதாரணத்திற்கு, சிலர் புத்தம் புதிய மோட்டார் பைக்கை வாங்கி அதில் தங்களுக்கு பிடித்தாற்போல் சில மாற்றங்களை செய்து (சைலென்சரின் வடிவத்தை மாற்றி, புதிய வர்ணம் அடித்து, இருக்கையின் உயரத்தை மாற்றி அமைத்து) விருப்பமுடனும் பெருமையுடனும் சாலையில் பயணிப்பார்கள்.

சிலர் தங்களின் ஆடைகளை தாங்களே வடிமைத்து தைத்து அணிந்துக் கொள்வார்கள். இப்படி அவர்களை பற்றி பல உதாரணங்கள் சொல்லலாம்.

தனித்தன்மை உடையவர்களுக்கு இதைக்காட்டிலும் மிகவும் முக்கியமான ஒரு பண்பு உண்டு, அதுதான் அவர்களின் தனித்துவமான அணுகுமுறை. நம்

வாழ்க்கை வாழ்வதற்கே, அதை நாம் பார்க்கும் விதத்தை பொறுத்தும், அணுகும் முறையை பொறுத்தும் அது இனிமையானதா அல்லது கடினமானதா என்று தீர்மானிக்கப்படுகிறது.

"தனித்துவம் என்பது யாரிடமும் சேராமல் தனித்து இயங்குவதில்லை. நேர்மறை எண்ணங்களுடன் அனைவரிடத்திலும் நல்ல பண்புடன் பழகி உறவுகளை பேணிக்காப்பது மிகவும் அவசியம், அதுவே ஒரு தனித்துவனுக்கு தேவைப்படும் மாண்பு. அந்த உயர் பண்புதான் உங்களின் பன்முகத்தன்மையையும், தனித்துவத்தையும் சமுதாயத்திற்கு எடுத்துக்காட்டி நீங்கள் யார் என்று நேர் மறையான அடையாளத்தை உங்களுக்கு தருகிறது (Positive Identity)"

பல வெற்றியாளர்களை அவர்களின் உயர் பண்பு தான் இந்த உலகத்திற்கு அடையாளம் காட்டி உள்ளது.

கருணையும் பணிவும் தான் நம் முன்னாள் குடியரசு தலைவர் திரு. எ. பி. ஜே. அப்துல் கலாம் அவர்களின் மிகப்பெரிய அடையாளம்.

இந்தியா கிரிக்கெட் அணியின் முன்னாள் தலைவர் திரு. M.S. தோனி அவர்களின் அடையாளம், அவர் மற்றவர்களின் திறமைக்கு கொடுக்கும் மரியாதையும் அவர்களிடத்தில் காட்டும் நம்பிக்கையும் தான்.

உலகின் மிக பெரிய பணக்காரர்களில் ஒருவரும், நவீன தொழில் துறையின் வித்தகர் என்று அழைக்கப்பட்ட திரு. ரத்தன் டாடா அவர்கள் 2024 ஆம் ஆண்டு

அக்டோபர் 9 ஆம் தேதி காலமானார். அவர் இந்த உலகை விட்டு மறைந்தாலும் அவருடைய எளிமையும் அவர் ஆற்றிய மனிதநேயப் பணிகளும் எதிர்கால இளைஞர்களுக்கு உந்துதலாக இருக்கும் என்பதில் ஐயமில்லை.

இந்தியா கிரிக்கெட் அணியின் முன்னாள் நட்சத்திர வீரர் திரு. *சச்சின் டெண்டுல்கார்* அவர்களின் அடையாளம் அவருடைய அடக்கம் தான். அவர் எவ்வளவு பெரிய சாதனையாளராக இருந்தாலும் சிறிதும் கர்வமின்றி அனைவரிடத்திலும் திறந்த மனதுடன் பழகும் அவருடைய உயர்ந்த குணம் பாராட்டுக்குரியது.

நம் வாழ்க்கை இனிமையானதாக அமைத்து கொண்டு வாழ்க்கையில் வெற்றி பெறுவதற்கு, நாம் நம்மை தயார் செய்து கொள்ள வேண்டும். இனிமையான வாழ்க்கையை வாழ நீங்கள் கடைபிடிக்க வேண்டிய நெறிமுறைகளை, இந்த புத்தகத்தில் தொகுத்து வழங்கி உள்ளேன், அதை படித்து பயன் பெறுமாறு கேட்டுக் கொள்கிறேன்.

என்னை நான் அடுத்த ஐந்தாண்டுகளில் இவ்வாறாக பார்க்க விரும்புகிறேன்:

இவன் தனித்துவமானவன்
சாதனைகளுக்கு சொந்தக்காரன்

கோபு ஆறாம் வகுப்பு படித்துக் கொண்டிருந்தான். அவனது தந்தை ராம் ஒரு தனியார் நிறுவனத்தில் எழுத்தாளராக பணிபுரிந்து வந்தார். அவரது தாய் லதா அவர்களுடைய வீட்டை கவனித்து வந்தார். கோபுவின் தங்கை நித்யா நான்காம் வகுப்பு படித்து வந்தாள்.

கோபுவின் அப்பா தினமும் அரசுப் பேருந்தில் அலுவலகத்திற்குச் சென்றுவருவார். கோபுவும் அவனது சகோதரி நித்யாவும், பள்ளிக்கு நடந்து செல்வது வழக்கம். அவர்கள் ஐம்பது வீடுகள் கொண்ட ஒரு தொகுப்பு குடியிருப்பில், சிறிய சமையலறை மற்றும் ஹால் கொண்ட ஒரு சிறிய வீட்டில் வசித்து வந்தனர். குளிப்பதற்கு அவர்கள் பொதுவான குளியலறையைப் பயன்படுத்தினர். இவ்வாறாக அவர்களின் குடும்பம் ஒரு சராசரி நடுத்தர குடும்பமாக வாடகை வீட்டில் வசித்துவந்தார்கள்.

ஒரு நாள் காலையில் கோபு கண்விழித்தவுடன் தன் தாயிடம் வந்து இரவில் தான் கண்ட சுவாரஸ்யமான கனவைப் பகிர்ந்து கொண்டான்.

கோபு: அம்மா அதிகாலையில் நான் ஒரு கனவு கண்டேன்

அம்மா: ஓ அப்படியா? அதை பற்றி சொல்லு நான் கேட்கிறேன்

கோபு: நேற்று நான் ஆழ்ந்த உறக்கத்தில் இருந்தேன். நான் தூங்கும் போது, நான் என்னை மிகவும் வளர்ந்த மனிதனாக பார்த்தேன். எனது தோற்றம் 26 அல்லது 27 வயதுடைய மனிதனைப் போல் இருந்தது

அம்மா: ம் அப்புறம்? மேலே சொல்லு கேட்போம்

கோபு: கனவில் நம்ம வீடு இப்போது இருப்பது போல் சிறியதாக இல்லை, நம்ம வீடு மிகவும் பெரியதாக இருந்தது. பளிங்கு தரை போடப்பட்டிருந்தது, நான்கு படுக்கையறைகள், பெரிய ஹால், தனியான கழிப்பறைகள் மற்றும் குளியலறைகளுடன் இருந்தது. தனி பூஜை அறையும் இருந்தது.
வீட்டு வாசலில் நான்கு பெரிய கார்கள் நின்று கொண்டிருந்தன.

அம்மா: ம் அப்புறம்?

கோபு: வீடு முழுவதும் குளிர் சாதனை பெட்டி பொருத்தப்பட்டிருந்தது. நாம் அனைவரும் பணக்காரர்களைப் போல உடை அணிந்திருந்தோம்.

அம்மா: அப்பாடியோவ்! அப்புறம்?

கோபு: நான் கூட...... என்று பேச ஆரம்பித்தான்.

அங்கிருந்து கோபுவின் அப்பா குரல்.

அப்பா: என்ன கோபு? என்னையும் தங்கை நித்யாவையும் விட்டுவிட்டு, நீயும் அம்மாவும் ஏதோ தீவிரமாக பேசிக்கொண்டிருந்தீர்கள்? இதோ நானும் நித்யாவும் வந்துவிட்டோம் என்று சொன்னபடியே அப்பா அங்கு வந்தார்.

கோபு: தான் அதிகாலையில் கண்ட கனவை பற்றி அம்மாவிடம் கூறியதை தன் அப்பாவிடம் சொன்னான்.

அப்பா: இன்னும் வேற என்னவெல்லாம் கனவில் கண்டாய்?

கோபு: நான் ஒரு பெரிய நிறுவனத்தில் மரியாதைக்குரிய பதவியில் வேலை செய்து கொண்டிருந்தேன். நான் ஒரு பெரிய அதிநவீன காரில் பயணம் செய்து கொண்டிருந்தேன்.
நான் என் கனவில் கண்ட விஷயங்கள் எல்லாம் எனக்கு ஆச்சரியமாக உள்ளது. என்னால் அதை நம்ப முடியவில்லை.

அப்பா: ஏன் இப்படி சொல்கிறாய்?

கோபு: அப்பா நான் அவநம்பிக்கையால் அவ்வாறு சொல்லவில்லை. என் சந்தேகத்திற்கு காரணம் தற்போது நாம் மிகச் சிறிய வீட்டில் வசிக்கிறோம். பள்ளிக் கட்டணத்தைச் செலுத்த முடியாமல் தவிக்கிறோம், அப்படி இருக்க நம் வாழ்க்கையில் அத்தகைய மாற்றங்கள் ஏற்படுவதற்கான சாத்தியங்கள் என்ன என்றுதான் என்னுடைய யோஜனை என்றான் கோபு.

அப்பா: சிரித்தபடியே சொல்ல ஆரம்பித்தார்.

நான் எனக்கு தெரிந்த சிலவற்றைச் உனக்கு சொல்கிறேன், அதிலிருந்து நீ தெளிவு பெற முடியும் என்று நான் நம்புகிறேன்.

மனிதனின் மனம் காற்றை விட வேகமானது. மனிதனின் மனம் எல்லாவற்றையும் விட அதிவேகமாக கருதப்படுகிறது, என்றார் கோபுவின் அப்பா. அதைக் கேட்ட கோபு ஆச்சர்யப்பட்டான்.

எப்படி அப்பா இப்படி சொல்கிறீர்கள் என்றான் கோபு!

உடனே கோபுவின் அப்பா, இது எனது கூற்று அல்ல என்றார்! மகாபாரத கதையில் யட்சனுக்கு தர்மராஜன் சொன்ன பதிலைத்தான் உன்னிடம் கூறினேன் என்றார். நீங்கள் எங்காவது பயணம் செய்ய வேண்டும் என்றால், நீங்கள் தேர்ந்தெடுக்கும் பயணமுறையைப் பொறுத்து அந்த இடத்தை அடைய சில நிமிடங்கள் அல்லது மணிநேரம் ஆகலாம். ஆனால் உங்கள் மனம் ஒரு நொடியில் அந்த இடத்தை அடையும் என்றார். ஒரு மனிதனின் மனம் இருக்கும் இடத்திலிருந்தே தான் நிஜத்திலும் செல்லமுடியாத இடத்திற்கு மிக எளிதாக சென்றடையும் வல்லமை படைத்தது. இருக்கும் இடத்திலிருந்தே, வெகுதூரத்தில் உள்ள இடத்தையும், அங்குள்ள பொருட்களையும் மற்றும் அங்கு நடக்கும் நிகழ்வுகளையும் காட்சிப்படுத்த முடியும் என்றால் உன்னால் நம்பமுடிகிறதா?

அதுதான் உண்மை!

அவ்வளவு ஏன்? மனதினால் இதுவரை தான் நிஜத்தில் பார்த்திராத இடத்தைக்கூட காட்சிப்படுத்த முடியும் என்றார்.

மனம் மிகவும் சக்தி வாய்ந்தது, எனவே நம் மனதைக் கட்டுப்படுத்த கற்றுக்கொண்டால், நாம் விரும்பியதை எளிதாக அடைய முடியும். ஒவ்வொரு மனிதனுக்கும் இரண்டு மனங்கள் உண்டு, ஒன்று உள் மனம் (அக மனம்) மற்றொன்று வெளி மனம் (புற மனம்). ஆங்கிலத்தில் இதை conscious and subconscious mind என்று அழைப்பார்கள்.

நமது வெளி மற்றும் ஆழ் மனம் மிகவும் நெருக்கமாக, ஒன்றோடு ஒன்று கைகோர்த்து வேலை செய்கிறது. நமது ஆழ் மனம் நமது நம்பிக்கைகளையும் மதிப்புமிக்க நிகழ்வுகளையும், சேமித்து வைக்கிறது, நமது நினைவுகளைத் தீர்மானிக்கிறது. நம்மைச் சுற்றியுள்ள தகவல்களைக் கண்காணித்து, நினைவுகளாக மனதிற்கு எதை அனுப்ப வேண்டும், பிற்காலத்திற்காக எதைச் சேமித்து வைக்க வேண்டும் என்பதைத் தீர்மானிக்கிறது.

நமது அன்றாட நடவடிக்கைகளிலும், விழித்திருக்கும் நேரங்களிலும் நாம் நம்முடைய வெளி மனதின் மூலமாக இயக்கப்படுகிறோம். இது நமது உணர்வு (consciousness) மற்றும் விழிப்புணர்வின் (awareness) ஒரு சிறிய பகுதியை மட்டுமே பிரதிபலிக்கிறது. ஆழ்

மனம், உணர்வுள்ள விழிப்புணர்வு (conscious awareness) நிலைக்கு கீழே உள்ளது.

சில நேரங்களில் மயக்க மனம் என்று அழைக்கப்படும் உங்களின் ஆழ் மனதில் நீங்கள் பல நாட்களாக கடந்து வந்த உங்களின் அனுபவங்கள் அனைத்தும் சேகரிக்கப்பட்டிருக்கும். அது நீங்கள் எவ்வாறு பிரதிபலிக்கிறீர்கள் (how you react) என்பதைப் தீர்மானிக்கிறது (Influences). உதாரணத்திற்கு, நீங்கள் ஏன் வெட்கப்படுகிறீர்கள், நீங்கள் ஏன் கோபப்படுகிறீர்கள், சோம்பேறியாக இருக்கிறீர்கள், அதிகமாக சாப்பிடுகிறீர்கள் அல்லது அடிமையாக இருக்கிறீர்கள் போன்ற விஷயங்களை நாம் சொல்லலாம்.

நாம் நமது ஆழ் மனதை மாயப் பெட்டி (Magic Box) என்று அழைக்கலாம். ஆழ் மனம் நம்மைச் சுற்றி நடக்கக்கூடிய அனைத்து நிகழ்வுகளையும் தனக்குள் பதிவு செய்யும் திறன் கொண்டது. இது ஒரு வீடியோ கேமராவைப் போல எல்லா நிகழ்வுகளையும் பதிவு செய்து, தனக்குள் பாதுகாப்பாக வைத்துக்கொள்ளும்.

நாம் தொலைக்காட்சி மற்றும் சினிமா திரையில் காணக்கூடிய விஷயங்கள், புத்தகங்கள் மற்றும் செய்தித்தாள்களில் படித்து தெரிந்துகொள்ளும் விஷயங்கள், நாம் ஒருவருடன் உரையாடும் பொழுது கேட்கக்கூடிய விஷயங்கள் போன்றவற்றை அது சுயமாகவும், சர்வ சாதாரணமாகவும் பதிவு செய்துகொள்ளும்.

அதன் வெளிப்பாடு தான் சில நேரங்களில் நாம் நம் கனவில் காணும் காட்சிகள். நம்மில் சிலர் சில சந்தர்ப்பங்களில் தற்செயலாக எங்காவது செல்வோம், அதுவும் முதல் முறையாக அங்கு செல்வோம், ஆனால் அந்த இடத்தை நாம் ஏற்கனவே கண்டதாக உணர்வோம். அதற்கு காரணம் நமது ஆழ் மனம்.

ஆழ் மனம்; அது என்றோ எந்த சந்த்ரப்பத்திலேயோ கண்டு, கேட்டு பதிவேற்றிக்கொண்ட நினைவுகளை நினைவுபடுத்தி நம்மை உணரச்செய்யும்.

சில மனிதர்கள் பல சந்தர்ப்பங்களில் இதை உள்ளுணர்வு (Intuition) என்று அழைக்கிறார்கள் (எதிர்காலத்தில் நடக்கப்போகும் விஷயங்களை முன்கூட்டியே உணரக்கூடிய திறன்).

உங்கள் ஆழ் மனம் அகநிலையானது (Subjective in nature). ஆழ் மனதினால் சுயமாக சிந்திக்கவோ அல்லது நியாயப்படுத்தவோ இயலாது; அது உங்கள் வெளி மனதில் இருந்து பெறும் கட்டளைகளுக்குக் கீழ்ப்படிகிறது.

நமது ஆழ் மனம் ஒரு பரந்து விரிந்த தோட்டம் (விளை நிலம்) போன்றது, அதில் எதை வளர்க்க வேண்டும் என்பதை நாம் தான் தீர்மானிக்க வேண்டும். அது நம் தேவை மற்றும் விருப்பத்தைப் பொறுத்தது. பழ மரங்களை விதைத்தால், அங்கிருந்து பழங்களை அறுவடை செய்யலாம். மலர் செடிகள் விதைத்தால் அங்கிருந்து பூக்களை அறுவடை செய்யலாம். தோட்டத்தில் இருந்து கிடைக்கும் பழங்கள்,

காய்கறிகள், பூக்கள் இவைகளின் அளவு மற்றும் தரம், நாம் மேற்கொள்ளும் பராமரிப்பை பொறுத்தது. நிலத்தை நாம் காலியாக வைத்திருந்தாலோ அல்லது முறையான பராமரிப்பு இல்லாமல் இருந்தாலோ நம்மால் எதையும் அறுவடை செய்ய இயலாது.

அதேபோன்று நாம் நம்முடைய ஆழ் மனதைப் சரியாக கவனம் செலுத்தி பராமரிக்க வேண்டும். அதில் தேவையற்ற விஷயங்களை நாம் திணிக்கக் கூடாது. அதில் நல்லதை விதைத்தால், நமக்கு அளவற்ற நல்ல பலன் கிடைக்கும் என்றார் கோபுவின் அப்பா.

கோபுவின் அப்பா கோபுவைப் பார்த்து இதிலிருந்து உனக்கு என்ன புரிகிறது என்றார்.

அதற்கு கோபு, நம் ஆழ் மனம் மிகவும் சக்தி வாய்ந்தது என்றான்.

கோபுவின் அப்பா கோபுவைப் பார்த்து சரியாக சொன்னாய் என்றார்.

பின்னர் அவர் கூறினார், நீங்கள் வெளியில் இருந்து உங்களுடைய ஆழ் மனதிற்கு வலுவான, உண்மை மற்றும் நேர்மறை சிந்தனைகளை தொடர்ந்து கொடுத்துவந்தால், நிச்சயமாக மிக விரைவில் நீங்கள் ஒரு அசாத்ய புத்திசாலியாக (Super brain) மாறுவீர்கள், அதன் மூலம் நாம் மக்களின் இதயத்தையும் முழு உலகத்தையும் வெல்ல முடியும், நிச்சயமாக நீங்கள் ஒரு வெற்றியாளராக வலம்வர முடியும்.

அதனால் கோபு உன் கனவு நிச்சயம் நிறைவேறும், நாம் அனைவரும் நமது வெற்றியைக் கொண்டாடப் போகிறோம்.

அவ்வாறு நடக்க நாம் சில நல்ல நடைமுறைகளை பின்பற்ற வேண்டும் !

1. நேர்மறை எண்ணங்களையும் சிந்தனைகளையும் ஊக்குவிக்க வேண்டும் (Encourage Positive thoughts)

2. எதிர்மறை எண்ணங்களை தவிர்க்க வேண்டும் (Avoid negative thoughts)

3. தாழ்வு மனப்பான்மையை தவிர்க்க வேண்டும் (Avoid Inferiority complex)

4. தேவையற்ற பயத்தை தவிர்க்க வேண்டும் (Avoid unnecessary fear)

5. கோபத்தை தவிர்க்க வேண்டும் (Avoid Anger)

6. நம் உடலை கட்டுக்கோப்பாக வைத்திருக்க உடற்பயிற்சி (Exercise) செய்ய வேண்டும்

7. நம் மனதை அமைதியாகவும் வலுவாகவும் வைத்திருக்க, தியானம் (Meditation) செய்ய வேண்டும்

8. நேரம் கிடைக்கும் போதெல்லாம் இயற்கையுடன் (With nature) சிறிது நேரம் செலவழிக்கவேண்டும்.

9. நன்றியுணர்வுடன் (Gratitude) வாழக் கற்றுக் கொள்ள வேண்டும்

10. இரக்க குணத்துடன் (Kindness) இருக்க கற்றுக் கொள்ள வேண்டும்

11. பிறர் மீது பழிபோடுவதை தவிர்க்க வேண்டும் (Avoid Blaming Others)

12. பிறர் மீது பொறாமை கொள்வதை தவிர்க்க வேண்டும் (Do not be Jealous)

13. வதந்திகளை ஊக்குவிக்கவோ அல்லது பரப்பவோ கூடாது (Avoid Gossips/ Rumors)

14. சோம்பலை தவிர்க்க வேண்டும் (Avoid Laziness)

15. பணிகளை தள்ளிப்போடும் பழக்கத்தை தவிர்க்க வேண்டும் (Avoid Procrastination)

16. சமயோஜித புத்தியுடன் இருக்க வேண்டும் (Presence of Mind)

17. விடாமுயற்சியுடன் கூடிய மன நிலை இருக்க வேண்டும் (Newer give-up mindset)

மேலே கூறப்பட்ட கொள்கைகளை பின்பற்றுவதன் மூலம் நம்மைச் சுற்றி நேர்மறை அதிர்வலைகளை (Positive vibrations) உருவாக்க முடியும். இந்த கட்டுரையில் நாம் எல்லாவற்றையும் விரிவாகப் பார்க்கப் போகிறோம்.

நேர்மறை அதிர்வுகள் நம்மை நிம்மதியாக உணர வைக்கின்றன, அதே சமயம் எதிர்மறை அதிர்வுகள் நமக்கு சந்தேகமான எண்ணங்களையும், கவலையையும், பதட்டத்தையும் உருவாக்கும்.

நம்மைச் சுற்றி நேர்மறை அதிர்வுகளை வளர்ப்பதன் மூலம் நாம் அபரிவிதமான மகிழ்ச்சியையும் வெற்றியையும் அறுவடை செய்யலாம்.

சந்தேகம் தேவையில்லை, இது 100% உண்மை,

கோபுவும் அவனுடைய அப்பாவும் பேசிக் கொண்டிருக்கும் போது, அவனுடைய அம்மா தேநீர் கோப்பையுடன் அங்கு வந்து, அவர்களை பார்த்து டீ குடித்துவிட்டு உங்கள் பேச்சை இன்னும் விறுவிறுப்பாக தொடருங்கள் என்றார்.

அவர்கள் இருவரும் சிரித்தபடியே டீயை வாங்கி பருகினார்கள்.

கோபுவின் தந்தை தன் பேச்சைத் தொடங்கினார்!

நேர்மறை எண்ணங்களையும் சிந்தனைகளையும் ஊக்குவிக்க வேண்டும்
(Encourage Positive thoughts)

நேர்மறை சிந்தனை என்பது ஒரு நம்பிக்கையான அணுகுமுறையை (Optimistic) பின்பற்றுவது. எந்த ஒரு சூழ்நிலையிலும், அதில் இருக்கும் நல்ல விஷயங்களை மட்டும் நாம் எடுத்துக்கொள்ள வேண்டும்.

நீங்கள் முதல் முறையாக எதையாவது பார்க்கிறீர்கள் அல்லது புதிய வேலையில் ஈடுபடுகிறீர்கள் என்றால் அதில் நன்மை தீமையை இரண்டையும் உங்களால் பார்க்க முடியும். நீங்கள் புத்திசாலியாக இருந்தால் அதில் கிடைக்கும் நன்மைகளை நீங்கள் தேர்ந்தெடுக்க வேண்டும், உங்கள் வாழ்க்கைக்கு சாதகமாக அதை எவ்வாறு பயன்படுத்தலாம் என்பதை நீங்கள் சிந்திக்க வேண்டும்.

வெற்றியாளராக இருக்க, நீங்கள் வெற்றி பெற திட்டமிட வேண்டும், வெற்றி பெற தயாராக இருக்க வேண்டும், மேலும் வெற்றியை எதிர்பார்த்து காத்திருக்க வேண்டும், நிலைமை கடினமாக இருந்தாலும் நீங்கள் எப்போதும் சூழ்நிலையைப் உங்களுக்கு சாதகமாக எப்படி மாற்றி அமைக்க வேண்டும் என்பதை நீங்கள் கற்றுக் கொள்ள வேண்டும்.

வெற்றியாளர்களுக்கு அவர்கள் பார்க்கும் அனைத்தும் அவர்களுக்கு வாய்ப்புகளாக தெரியும். தோல்வியாளர்களுக்கு எதைப் பார்த்தாலும் அவர்களுக்கு பிரச்சனைகளாக தெரியும்!

சில பிரபலமான மேற்கோள்கள் !!!

"Victory comes from finding opportunities in problems" – Sun Tzu
பிரச்சனைகளிலிருந்து வாய்ப்புகளை கண்டறிதலின்மூலம் வெற்றி நமதாகும்

"Innovation is the ability to see change as an opportunity, not a threat" – Steve Jobs
புதுமை என்பது மாற்றத்தை ஒரு வாய்ப்பாகப் பார்க்கும் திறன், அச்சுறுத்தலாக அல்ல

"Turn your obstacles into opportunities and your problems into possibilities" – Roy T
உங்கள் தடைகளை வாய்ப்புகளாகவும் உங்கள் பிரச்சனைகளை சாத்தியக்கூறுகளாகவும் மாற்றவும்

நமது வாழ்க்கை நமது தன்னம்பிக்கையை சார்ந்துள்ளது. நம்பிக்கை தான் வாழ்க்கை. நம் வாழ்வில்எதை இழந்தாலும்,எந்த சூழ்நிலையிலும் நாம் நம்பிக்கையையும் தைரியத்தையும் இழக்கக் கூடாது.

ஒரு துணிச்சலான மானின் சிறு கதையின் மூலம் இதை நீங்கள் நன்றாக புரிந்து கொள்ளலாம்.

ஒரு புத்திசாலி மான்

ஒரு மலையை ஒட்டி அடர்ந்த காடு இருந்தது. அதற்கு அருகில் ஒரு நதி இருந்தது. அங்கு சிங்கம், புலி, கரடி, காண்டாமிருகம், யானை, ஓநாய் போன்ற வன விலங்குகள் பல ஆண்டுகளாக வாழ்ந்து வந்தன.

அந்த விலங்குகளுக்கிடையே ஒற்றுமையும் நட்பும் இல்லை என்றாலும், அவைகள் ஒரு விஷயத்தில் ஒரே மாதிரியாக இருந்தன அதுதான் அவைகள் தங்கள் காட்டுக்குள் அந்நியர்களை அனுமதிக்கத் தயாராக இல்லை.

ஒரு நாள் ஆற்று வெள்ளத்தில் ஒரு மான் அடித்து வரப்பட்டது, அது எப்படியோ போராடி ஆற்றைக் கடந்து காட்டு பகுதியை அடைந்தது. மானால் பசியை அடக்க முடியவில்லை. மான் மற்ற காட்டு விலங்குகளிடம் சென்று தனக்கு உணவு வழங்கும்படி கேட்டது. அதைக் கேட்டு மற்ற விலங்குகள் மானை பார்த்து சிரிக்க ஆரம்பித்தன, ஏளனமாக பேசின.

மற்ற விலங்குகள் மானை பார்த்து ஏய் நீ ஒரு சிறிய மிருகம், எங்களுடன் சண்டையிட உனக்கு தைரியம் இல்லை, எங்களுடன் வாழ உனக்கு தகுதி இல்லை இங்கிருந்து போய்விடு என்று கூறின.

அதைக் கேட்டு மான் பயந்து அந்த இடத்தை விட்டு ஓடியது, என்ன செய்வது என்று தெரியாமல் தவித்தது. மான் ஒரு குகைக்குள் சென்று ஒளிந்து கொண்டது. அது பல நாட்களாக உணவு மற்றும் தண்ணீர் கிடைக்காமல் மிகவும் தவித்துக்கொண்டிருந்தது.

மான் போராடிக்கொண்டிருந்தாலும் அது தன் நம்பிக்கையை இழக்கவில்லை. அதன் நிலை விரைவில் அதற்கு சாதகமாக மாறும் என்று உறுதியாக நம்பியது. அதன் நம்பிக்கை வீண் போகவில்லை.

ஒரு நாள் நான்கு இளைஞர்கள் அந்த காட்டிற்கு சுற்றிப்பார்க்கவும் புகைப்படம் எடுக்கவும் வந்தார்கள். அவர்கள் தற்செயலாக அந்த மானை கண்டனர். சோர்வாக இருந்த மானை கண்டு மனம் இறங்கி, அவர்கள் மானுக்கு உணவு மற்றும் தண்ணீரை வழங்கினர். பல நாட்கள் பட்டினிக்கு பிறகு உணவை எடுத்துக்கொண்டு மான் மகிழ்ச்சியில் துள்ளிக்குதித்தது.

அந்த இளைஞர்கள் வேடிக்கைக்காக பேய் உருவம் கொண்ட முகமூடியை அணிந்து விளையாடிக் கொண்டிருந்தனர். அவர்கள் பொழுதுபோக்காக நேரத்தை செலவழித்து மாலையில் காட்டை விட்டு கிளம்பினர். காட்டை விட்டு கிளம்பும்பொழுது

விளையாட்டாக மானுக்கு பேய் உருவ முகமூடியை அணிவித்துச்சென்றனர்.

முகமூடியை அணிந்திருந்த மான் அதை அகற்ற முடியாமல் பயத்தில் குரல் எழுப்பத் தொடங்கியது, காட்டுக்குள் அங்கும் இங்கும் ஓட துவங்கியது.

இருண்ட இரவில் பேய் முகமூடியுடன் ஒரு விலங்கு இருப்பதைக் கண்டு, காட்டில் உள்ள மற்ற விலங்குகள் பயந்து நடிங்கின. அனைத்து விலங்குகளும் சிங்கத்திடம் சென்று காட்டில் தாங்கள் கண்ட அச்சுறுத்தும் விலங்கை பற்றி பதட்டத்துடன் தெரிவித்தன. மேலும் அவைகள் சிங்கத்திடம் தாங்கள் ஒரு விலங்கைப் பார்த்ததாகவும், அந்த மாதிரியான முகத்தை இதற்கு முன் பார்த்ததில்லை என்றும் அதன் உரத்த குரல் பயமாக இருப்பதாகவும் கூறின.

அதைக் கேட்டு சிங்கம் குகையிலிருந்து வெளியே வந்து காட்டுக்குள் சென்று அந்த விநோதமான விலங்கைப் (மானை) பார்த்தது. விசித்திரமான மிருகத்தைப் பார்த்ததும், சிங்கம் பயந்துவிட்டது. ஆனால் சிங்கத்தின் கௌரவம் அதன் பயத்தை வெளிப்படுத்த அனுமதிக்கவில்லை.

சிங்கம் மற்ற விலங்குகளைப் பார்த்து, இந்த காட்டின் ராஜாவான தான் அந்த விநோதமான விலங்கிடம் பேசவேண்டும் என்று சொன்னது. அதைக்கேட்ட மற்ற விலங்குகள் அந்த இடத்தைவிட்டு சென்றன.

சிங்கம் மானிடம் சென்று, தயவு செய்து தன்னை தாக்காதீர்கள் என்றும். தனது ராஜ பதவியை உங்களுக்கே கொடுத்து விடுகிறேன் என்றும் தயவுசெய்து தன்னை கொள்ளாதீர்கள் என்று பயந்த குரலுடன் கூறியது.

அதைக் கேட்டு மான் சத்தமாகச் சிரிக்க ஆரம்பித்தது. மான் நினைத்துப் பார்த்தது, நேற்று வரை சிங்கம் உட்பட அனைத்து விலங்குகளும் தன்னை எப்படி அச்சுறுத்தியது, எப்படி தாக்கியது, எவ்வாறெல்லாம் தன்னை அவமானப் படுத்தின என்று.

மான், சிங்கம் மற்றும் பிற விலங்குகளுக்கு பாடம் கற்பிக்க முடிவு செய்தது.

மான், சிங்கத்திற்கு உத்தரவிட்டது. மான் சிங்கத்திடம் அனைத்து விலங்குகளையும் அழைத்து, இந்த நிமிடத்தில் இருந்து தான் (மான்) இந்த காட்டின் ராஜாவாக இருப்பேன் என்றும், அவருடைய கட்டளைக்கு அனைவரும் கீழ்ப்படிய வேண்டும் என்றும் அறிவிக்கச் சொன்னது.

அவ்வாறே சிங்கமும் செய்தது. அன்று முதல் அந்த காட்டை மான் ஆட்சி செய்ய ஆரம்பித்தது.

ஒருவருடைய நேர்மறை எண்ணங்களும், தைரியமும், தன்னம்பிக்கையும் எப்படி அவரை நெருக்கடியிலிருந்து வெளியே வரவும், சூழ்நிலையை ஆளவும் உதவுகிறது என்பதை இந்தக் கதையிலிருந்து நாம் புரிந்து கொள்ளலாம்.

பொறுமைக்கும் நேர்மைக்கும் கிடைத்த பரிசு

ஒரு சிறிய கிராமத்தில் செல்வம் என்ற ஏழை விவசாயி ஒருவர் வசித்து வந்தார். அவருக்கு கமலா என்ற மனைவியும், பிரபு என்ற ஏழாம் வகுப்பு படிக்கும் ஒரு மகனும் இருந்தனர். செல்வக்கதிற்கு ஒரு சிறிய விவசாய விளை நிலம் இருந்தது. நிலத்தில் காய்கறிகளை பயிரிட்டு அதிலிருந்து கிடைக்கும் வருமானத்தை கொண்டு குடும்பத்தை நடத்தி வந்தார். அவரிடம் பெரிய அளவில் நிலம் இல்லாததால், குடும்பத்தை நடத்துவதற்கு எப்போதும் திண்டாடிக்கொண்டிருந்தார்.

இந்நிலையில் இவரது மகன் பிரபு பள்ளியில் படித்து வந்தார். செல்வம் பள்ளிக் கட்டணத்தை முறையாகச் செலுத்த முடியாமல் மிகவும் கஷ்டப்பட்டார்.

குடும்ப வறுமை மற்றும் அந்தஸ்து காரணமாக கிராமத்தில் வசிப்பவர்களும் பிரபுவின் நண்பர்களும் அவர்களுக்கு மரியாதை கொடுக்கவில்லை, அனைவரும் அவர்களை உதாசீனப்படுத்தினார்கள். கிராம மக்கள் அவர்களை எந்த விழாக்களுக்கும் அழைப்பதில்லை.

அவ்வாறே பல ஆண்டுகள் உருண்டோடின. பிரபு தனது பள்ளிப்படிப்பை முடித்தார். பிரபுவின் நண்பர்கள் அனைவரும் கல்லூரிகளில் சேர்ந்தனர். ஆனால் வறுமையின் காரணமாக, பிரபு தனது படிப்பை

நிறுத்திவிட்டு, தனது குடும்பத்திற்கு பணம் சம்பாதிக்க முடிவு செய்தார்.

ஒரு நாள் பிரபுவும் அவரது தந்தை செல்வமும், வியாபார நிமித்தமாக கிராம எல்லையை கடந்து சென்று கொண்டிருந்தனர், ஒரு கார் மரத்தில் மோதியதையும், ஒரு மனிதன் காரிலிருந்து இறங்க முடியாமல் தவிப்பதையும் பார்த்தனர்.

உடனே அவர்கள் காரின் அருகே சென்று அந்த நபரை காரில் இருந்து வெளியே வர உதவினர். அந்த நபர் விபத்துக்குள்ளானதால், அவரால் பேச முடியவில்லை. பிரபுவும் அவரது தந்தை செல்வமும் அவருக்கு முதலுதவி செய்தனர், பிறகு குடிப்பதற்கு தண்ணீர் கொடுத்தனர்.

அவர்கள் ஒரு மாட்டு வண்டியைப் பயன்படுத்தி, அந்த நபரை பத்து கிலோமீட்டர் தொலைவில் உள்ள மருத்துவமனைக்கு அழைத்துச் சென்று அவரை மருத்துவமனையில் அனுமதித்தனர்.

பின்னர் அவர்கள் மருத்துவமனையை விட்டு வெளியே வந்து வழக்கமான வேலைகளைச் செய்யத் தொடங்கினர்.

மருத்துவமனையில் அனுமதிக்கப்பட்டிருந்த பணக்காரரான திரு. கிருஷ்ணன், மயக்கம் தெளிந்தவுடன் அங்குள்ள மருத்துவரிடம் தான் எவ்வாறு அங்கு வந்தார் என்று கேட்க, மருத்துவர் அவரிடம் தங்களை பக்கத்து கிராமத்தை சேர்ந்த இருவர் இங்கு அழைத்து வந்ததாக கூறினார். டாக்டர்

கூறினார், அந்த இரண்டு கிராமவாசிகள் தான் உங்கள் உயிரைக் காப்பாற்றினர், அவர்கள் உங்களை சரியான நேரத்தில் இங்கு கொண்டு வரத் தவறியிருந்தால், நீங்கள் இறந்திருப்பீர்கள், எனவே நீங்கள் அவர்களுக்கு நன்றி சொல்ல வேண்டும் என்றார்.

கிருஷ்ணன் அவர்களுடைய பெயரை மருத்துவரிடம் கேட்டார், ஆனால் டாக்டர் அவர்களுடைய பெயர் முகவரி எதுவும் தெரியாது என்றார்.

அந்த நேரத்தில் ஒரு வார்டு பாய் கிருஷ்ணனிடம் வந்து அந்த இரண்டு நபர்களையும் தனக்குத் தெரியும் என்று சொல்லி அவர்களுடைய பெயர் செல்வம் மற்றும் பிரபு என்றும் கூறினார்.

கிருஷ்ணன் வார்டு பாயிடம், தான் மருத்துவமனையில் இருந்து டிஸ்சார்ஜ் செய்யப்பட்டவுடன், தன்னை செல்வம் மற்றும் பிரபுவின் வீட்டிற்கு அழைத்துச் செல்லும்படி கேட்டுக் கொண்டார்.

முன்பு உறுதியளித்தபடி வார்டு பாய் செல்வத்தின் வீட்டிற்கு கிருஷ்ணனை அழைத்துச் சென்றார்.

செல்வத்தையும் பிரபுவையும் பார்த்தவுடன் கிருஷ்ணன் கண்ணீர்மல்க நன்றி தெரிவித்தார். கிருஷ்ணன், செல்வத்தினுடைய ஏழ்மை நிலையை கண்டு மிகவும் வருத்தப்பட்டார், அவர்களுக்கு உதவ முடிவு செய்தார்.

கிருஷ்ணன் பிரபுவின் பொறியியல் கல்லூரிக் கட்டணத்தைச் செலுத்தும் பொறுப்பை

ஏற்றுக்கொண்டார். பிரபு இன்ஜினியரிங் முடித்தவுடன், அவருடைய ஊர் எல்லையில் சிறிய அளவிலான தொழிற்சாலை ஒன்றை தொடங்க பிரபுவுக்கு கிருஷ்ணன் உதவினார்.

பிரபுவின் கடின உழைப்பு மற்றும் புத்திசாலித்தனம் காரணமாக, ஐந்து ஆண்டுகளுக்குள் அவர் தனது தொழிற்சாலையை பெரிய அளவில் உருவாக்கினார்.

என்ன ஒரு அற்புதமான மாற்றம்!

அன்று பிரபு ஏழையாக இருந்த பொழுது அவரை ஏளனம் செய்த எட்டு பள்ளித் தோழர்களும் ஒருவர் பின் ஒருவராக பிரபுவின் நிறுவனத்தில் வேலைக்கு விண்ணப்பம் செய்கிறார்கள். அவர்களது வேலை விண்ணப்பத்தைப் பார்த்த பிரபு உடனடியாக அவர்களை அழைத்து நல்ல வேலையும் அதிக சம்பளமும் கொடுத்து கௌரவித்தார்.

அந்த சம்பவத்தை பார்த்ததும், நண்பர்கள் அனைவரும் தங்களின் சிறுவயது நடத்தையை நினைத்து மன்னிப்பு கோரினர். பிரபு அவர்களின் கைகளை உறுதியாகப் பிடித்துக் கொண்டு நண்பர்களே, உங்களைப் பற்றி எனக்கு எந்தக் வருத்தமும் இல்லை, நாம் அனைவரும் ஒரே ஊரில் பிறந்து வளர்ந்த உடன்பிறவா சகோதரர்கள், ஆகவே உங்களுடன் ஒன்றாக பணிபுரிவதை நான் பெருமையாக கருதுகிறேன் என்றான் பிரபு.

இந்தக் கதையிலிருந்து நாம் பொறுமையின் முக்கியத்துவத்தையும், பிரதிபலன் பார்க்காமல் செய்யும்

உதவியும் அதனால் ஏற்படும் நன்மையைப்பற்றியும் புரிந்து கொள்ள முடியும்.

நாம் வாழ்க்கையில் வெற்றிபெற விரும்பினால், நம்மைச் சுற்றிநடக்கும் மோசமான நிகழ்வுகளைப் பற்றி நாம் கவலைப்படக்கூடாது, மற்றவர்களின் தவறான நடத்தையால் நாம் மனச்சோர்வடையக்கூடாது.

நம் கடமையில் நாம் கவனம் செலுத்தினால் வெற்றி நம்மைத் தேடி வரும்!
நாம் நம்முடைய கொள்கை மற்றும் ஒழுக்கத்தை கடைபிடித்தோமானால் நமது வளர்ச்சியை யாராலும் தடுக்க முடியாது!

எதிர்மறை எண்ணங்களை தவிர்க்க வேண்டும் (Avoid negative thoughts)

ஒருவர் எதிர்மறை எண்ணங்களுடன் வாழ்வது மிகவும் ஆபத்தானது. எதிர்மறை எண்ணங்கள் நம்முள் ஊடுருவி நம் நல்வாழ்வுக்கு தீங்கு விளைவிக்கும்.

எதிர்மறை எண்ணங்கள் நம்முடைய மன ஆரோக்கியத்திலும், நல்வாழ்விலும் குறிப்பிடத்தக்க தாக்கத்தை ஏற்படுத்தும். அவற்றை கண்டறிந்து நிவர்த்தி செய்வது நமது ஒட்டுமொத்த வாழ்க்கைத் தரத்தை மேம்படுத்துவதற்கான ஒரு முக்கியமான நடவடிக்கையாகும்.
அவநம்பிக்கை என்பது எதிர்மறை எண்ணங்களுடைய தொடக்க புள்ளியாகும். நாம் அவநம்பிக்கையுடன்

இருக்கும்போது நமது எண்ணங்கள் அனைத்தும் எதிர்மறை எண்ணங்களால் நிரம்பி வழியும்.

சிலர் எந்த காரணமும் இல்லாமல் எப்போதும் விரக்தியுடன் பேசுவார்கள் !!! அவர்கள் பயன்படுத்தும் சில பொதுவான எதிர்மறை சொற்கள் !!!

என்னத்த செஞ்சி என்னத்த கண்டோம், கடவுள் உழைக்கிற நமக்கும் சோம்பேறியா திரியறவனுக்கும் சமமாக தான் படி அலகாரர்.

எனக்கு அதிர்ஷ்டமில்லை, எனக்கும் அத்ரிஷ்டத்துக்கும் ரொம்ப தூரம் !!!

நான் என்ன செய்தாலும் எதுவும் எனக்கு வேலைக்கு ஆகாது. நான் எல்லாவற்றிலும் துரதிஷ்ட்டசாலி !!!

நான் என்ன செய்தாலும் நான் தோற்கடிக்கப்படுகிறேன், காரணம் தெரியவில்லை !!!

சிலர் கற்பனையில் எல்லாவற்றையும் பூதாகரமாக பெரிதுபடுத்திப்பார்ப்பார்கள். உண்மையில் நடக்காத ஒன்றை அவர்கள் நடந்ததாக கற்பனையில் யூகிப்பார்கள், அதைப் நினைத்து அஞ்சி நடுங்குவார்கள்.

என்றோ எப்பொழுதோ நடந்த ஒரு சின்ன கசப்பான அனுபவத்தை அவர்கள் அடிக்கடி அசைப்போடுவார்கள், அந்தச் சம்பவத்தைப் பற்றி பலமுறை சிந்திப்பார்கள்.

அவர்களின் மனம் அந்தச் சம்பவத்தைப் மறக்க தயாராக இருக்காது.

அதன் விளைவு ?

அவர்களின் மனம் சோர்வடைகிறது !

அவர்கள் தூக்கத்தை இழக்கிறார்கள் !

அவர்கள் சிந்திக்கும் திறனை இழக்கிறார்கள் !

அவர்களின் உடல் பலவீனமாகிறது !

அவர்கள் மற்றவர்களிடம் பேசுவதை தவிர்க்கிறார்கள் !

அவர்கள் தங்களை தாங்களே மற்றவர்களிடமிருந்து தனிமைப்படுத்திக்கொள்கிறார்கள் !

வாழக்கை வாழ்வதற்கே என்ற நியதியை மறக்கிறார்கள்!

அவர்கள் தங்களின் இனிமையான வாழ்க்கையை இழக்கிறார்கள் !

கோபுவின் அப்பா கோபுவிடம் அவர்களுக்கு இந்த நிலைமை தேவையா என்று கேட்டார்?

அதற்கு கோபு, அப்பா நீங்களே விளக்கமாக கூறுங்களேன் என்றான்.

சரி கோபு நான் உனக்கு விரிவாக சொல்கிறேன்!

உனக்கு சார்லி சாப்ளின் யாருன்னு தெரியும் என்று நினைக்கிறேன். அவர் வாழ்க்கையில் நடந்த ஒரு உண்மை சம்பவத்தை நான் உனக்கு சொல்கிறேன்.

சார்லிசாப்ளின் ஒரு பிரபலமான நகைச்சுவை நடிகர் என்பது உங்களுக்குத் தெரியும். அவர் இங்கிலாந்து தலைநகர் லண்டனில் 1889 இல் பிறந்தார்.
சாப்ளின் அவருடைய ஸ்லாப்ஸ்டிக் நகைச்சுவை (slapstick comedy), அவருடைய புத்திசாலித்தனம் மற்றும் அவர் ஏற்று நடித்த "லிட்டில் டிராம்ப் (Little Tramp)" கதாபாத்திரம் மூலம் பிரபலமானார், கிட்டத்தட்ட 90 திரைப்படங்களை தயாரித்து நடித்துள்ளார். அவர் 1977 இல் இறந்தார்.

ஒரு நாள் சார்லி சாப்ளின் ஒரு மேடை நாடகம் நடத்திக் கொண்டிருந்தார், அந்த நாடகத்தைக் காண ஏராளமானோர் அரங்கத்தில் அமர்ந்திருந்தனர். வழக்கம் போல் சாப்ளின் தனது நகைச்சுவை நடிப்பை வெளிப்படுத்தினார். பார்வையாளர்கள் அனைவரும் எழுந்து நின்று சிறிது நேரம் தொடர்ந்து கைத்தட்டினர், எழுந்து நின்று கைத்தட்டுவது மேற்கத்திய கலாச்சாரத்தில் பொதுவான பழக்கம்.

சாப்ளின் தனது முந்தைய நகைச்சுவை உரையாடலை மீண்டும் ஒருமுறை கூறினார். மீண்டும் ஒருமுறை பார்வையாளர்கள் அனைவரும் எழுந்து நின்று சிறிது நேரம் தொடர்ந்து கைத்தட்டினர்.

அதேபோல் சாப்ளின் முன்பு செய்த அந்த நகைச்சுவை காட்சியை இரண்டு மூன்று முறை திரும்பத் திரும்பச்

நடித்து காட்டினார். சாப்ளின் நான்காவது முறையாக முன்பு செய்த அதே நகைச்சுவை காட்சியை நடித்த பொழுது, முன் வரிசையில் இருந்த இரண்டு நபர்கள் மட்டும் எழுந்து நின்று கைத்தட்டினார்கள்.

அதைப் பார்த்ததும் சாப்ளின் தன் நடிப்பை நிறுத்திவிட்டு சொன்னார், அது ஒரு பெரிய நகைச்சுவை காட்சியாக இருந்தாலும் அதே வேடிக்கையையும் நகைச்சுவையையும் திரும்பத் திரும்பக் கேட்டு ரசிக்க நீங்கள் தயாராக இல்லை, ஆனால் உங்களுடைய கடந்தகால கசப்பான அனுபவத்தை மறக்காமல் அதை திரும்பத் திரும்ப நினைத்து நீங்கள் ஏன் உங்களை குழப்பிக்கொண்டு மனச்சோர்வடைந்த நிலையில் வாழ்கிறீர்கள் என்று தெரியவில்லை என்றார்.

உங்களுக்கு முன்னால் நடந்த வேடிக்கையை அனுபவிக்க நீங்கள் தயாராக இல்லை, ஆனால் என்றைக்கோ நடந்த உங்கள் கடந்த கால கசப்பான அனுபவங்களை நினைவு கூர்வது உங்களுக்கு வழக்கமாகிவிட்டது.

உங்கள் கசப்பான அனுபவங்களை நினைவுகூருவதில் நேரத்தை வீணாக்காதீர்கள். உங்கள் கடந்த காலத்தின் மீது உங்களுக்கு எந்தக் கட்டுப்பாடும் இல்லை, இனி அதை உங்களால் சரிசெய்ய முடியாது ! உங்கள் விருப்பப்படி அதை மாற்ற முடியாது ! அதனால் நடந்ததை நினைத்து வருந்துவதை விட்டு மகிழ்சியாக வாழுங்கள் என்றார்.

திரு.சாப்லி சொன்னது முற்றிலும் உண்மை, கடந்த காலத்தில் நடந்த கசப்பான அனுபவங்களை சிந்தித்து நாம் எதையும் சாதிக்கப்போவதில்லை, அதை நெறிப்படுத்தவும் முடியாது, ஆனால் எதிர்காலம் நம்முடையது, நாம் விரும்பும் வழியில் சரியாக கட்டமைத்துக்கொள்ளலாம்.

நாம் அடிக்கடி பேசும் வார்த்தைகளுக்கும், பயன்படுத்தும் வார்த்தைகளுக்கும், காதால் கேட்கும் வார்த்தைகளுக்கும் ஒரு வலிமை உண்டு. நாம் சில வார்த்தைகளைக் கேட்க்கும்போதோ அல்லது நாம் பேசும் பொழுதோ ஒரு நேர்மறையான அதிர்வைப் நாம் நிச்சயமாக உணரமுடியும். உதாரணமாக சில வார்த்தைகள்,

நல்லது, நான் பாராட்டுகிறேன், நன்றாக முடிந்தது, மகிழ்ச்சி, வெற்றி, நான் ஆரோக்கியமாக இருக்கிறேன், திருப்தி, நான் நிம்மதியாக இருக்கிறேன், நான் அளவற்ற சந்தோஷமாக இருக்கிறேன் போன்றவை.

ஆனால் சில வார்த்தைகளைக் கேட்டால் நாம் மிகவும் சோகமாகவும் விரக்தியாகவும் அவநம்பிக்கையாகவும் உணர்கிறோம். உதாரணமாக சில வார்த்தைகள், எனக்கு நம்பிக்கை இல்லை, தோல்வி, நம்மால் முடியாது, வாழ்க்கை மிகவும் வேதனையானது, உலகில் எல்லோரும் ஏமாற்றுக்காரர்கள், என்னால் வெற்றிபெற முடியாது, என் வாழ்க்கை தோல்விகள் நிறைந்தது, எனக்குப் பயமாக இருக்கிறது போன்றவை.

அத்தகைய எதிர்மறை வார்த்தைகளைக் கேட்பதன் மூலம் அல்லது உச்சரிப்பதன் மூலம்

நாம் இருளால் சூழப்பட்டிருப்பதுபோல மனம் இறுக்கமாக உணர்வோம். இது போன்ற இறுக்கமான சூழல் சில நாட்களுக்கு தொடர்ந்தால், நமக்கே தெரியாமல் நாம் நம்மை இழக்க தொடங்குகிறோம்.

ஆய்வறிக்கை படி, மனிதனுக்கு ஒரு நாளைக்கு சராசரியாக 6,000 முதல் 70,000 எண்ணங்கள் தோன்றுமாம்.

மூளை இமேஜிங் ஸ்கேன்களைப் பயன்படுத்தி (**A study using brain imaging scans**) நடத்தப்பட்ட ஒரு ஆய்வில், ஒரு நபருக்கு நிமிடத்திற்கு சராசரியாக 6.5 எண்ணங்கள் முதல் ஒரு நாளைக்கு சுமார் 6,200 எண்ணங்கள் வரை தோன்றுவதாக கண்டறியப்பட்டுள்ளது.

மனித மூளை ஒரு நாளைக்கு சுமார் 70,000 எண்ணங்களைச் செயலாக்குகிறது என்று கிளீவ்லேண்ட் கிளினிக் (**The Cleveland Clinic**) கூறுகிறது.

மனிதனுக்கு வரக்கூடிய எண்ணங்களில் 75% முதல் 90% வரை திரும்பத் திரும்ப (repetitive) வரக்கூடியது என்று நம்மப்படுகிறது. அந்த எண்ணங்களில் 80% எதிர்மறையானவை என்று சில ஆய்வறிக்கைகள் கூறுகின்றது.

எதிர்மறையான (Negative thoughts) மற்றும் மீண்டும் மீண்டும் (Repetitive) வரும் எண்ணங்கள் நம்முடைய மன ஆரோக்கியத்திலும், நல்வாழ்விலும் குறிப்பிடத்தக்க தாக்கத்தை ஏற்படுத்தும். அவற்றை

கண்டறிந்து நிவர்த்தி செய்வது நமது ஒட்டுமொத்த வாழ்க்கைத் தரத்தை மேம்படுத்துவதற்கான ஒரு முக்கியமான நடவடிக்கையாகும்.

எதிர்மறை மனப்பான்மையிலிருந்து வெளிவர, நாம் சில நடைமுறைகளைக் கடைப்பிடிக்க வேண்டும். இந்தப் புத்தகத்தின் பிற்பகுதியில் அந்த நடைமுறைகளின் விவரங்களைப் பார்க்க இருக்கிறோம்.

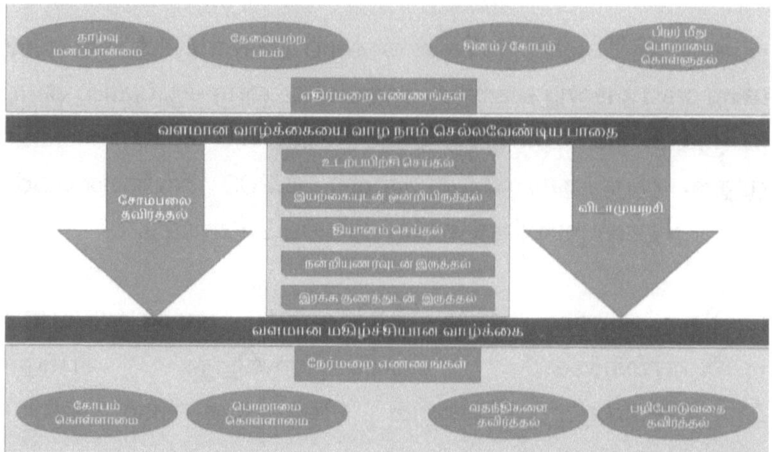

மேலே குறிப்பிட்டுள்ள படத்திலிருந்து நாம் தெளிவாக புரிந்து கொள்ளும் விஷயம் என்னவென்றால், எந்த காரணங்களெல்லாம் எதிர்மறை எண்ணங்களை உருவாக்குகின்றன என்பதையும், அதிலிருந்து விடுபட்டு நேர்மறை எண்ணங்களை பெற நாம் பின்பற்றவேண்டிய அணுகுமுறைகளையும் விளக்குகிறது.

செயலற்ற மனம் (Idle Mind / Passive Mind) எதிர்மறையாக சிந்திக்க துவங்கிவிடும், ஏனென்றால் மனதை மீட்டமைக்க (to reset the mind) இடம்

கொடுக்கப்படாதபோது ஒரு எதிர்மறை எண்ணம் மற்றொரு எதிர்மறை எண்ணம் உருவாக வழிவகுக்கும். மனம் செயலற்று (Inactive) இருக்கும்போது, அது சோர்வடைந்து, எதிர்மறையான தன்மையால் நிறைந்திருக்கும். செயலற்ற மனதுடன் இருப்பவர்களுக்கு உறவுகள் மற்றும் வாழ்க்கை சூழ்நிலைகளில் சிக்கல்களை எதிர்கொள்ளலாம், ஏனெனில் அவர்கள் ஒவ்வொரு சூழ்நிலையிலும் இருக்கக்கூடிய எதிர்மறையான பக்கத்தையே பார்க்க முனைகிறார்கள்.

தாழ்வு மனப்பான்மையை தவிர்க்க வேண்டும்
(Avoid Inferiority complex)

எதிர்மறையான சுய கற்பனை (Self – Imagination) தாழ்வு மனப்பான்மையை உருவாக்குகிறது. தாழ்வு மனப்பான்மை அவர்களை சமூக ரீதியாக தனிமைப்படுத்தும் (Isolate from others), ஏனெனில் அவர்கள் மற்றவர்களுடன் தங்களை ஒப்பிட்டு தாங்கள் சமமாக இல்லை என்று அவர்களே தங்களை சிறுமைப்படுத்திக் கொள்வார்கள்.

அவர்கள் ஒரு இலக்கை நோக்கி செல்லும் பொழுது அவர்கள் விரக்தியாகவும், தங்களால் முடியாது என்றும், நம்பிக்கை இல்லாதவர்களாகவும் உணருவார்கள்.

தாழ்வு மனப்பான்மை உள்ளவர்களுக்கு அனைத்திலும் சந்தேகம்தான், அவர்களுக்கு தங்கள் மேலேயே நம்பிக்கை இருக்காது. அதனால்

அவர்கள் எப்போதும் சமூகத்திலிருந்து தங்களைத் தனிமைப்படுத்திக்கொள்வார்கள்.

தாழ்வு மனப்பான்மை உள்ளவர்கள் எப்பொழுதும் தங்களை தாங்களே தாழ்வாக விமர்சித்துக்கொள்வார்கள், அவர்கள் தாம் செய்யும் அனைத்து விஷயங்களுக்கும் அது சரியா தவறா என்று முடிவெடுக்க முடியாமல் பிறரிடமிருந்து கருத்தை அல்லது ஒப்புதலை எதிர்பார்ப்பார்கள்.

இலக்குகளை அவர்கள் அடைந்தாலும், அல்லது இலக்குகள் நிறைவேற்றப்பட்டாலும், அது போதாது என்ற உணர்வு அவர்களுக்கு மேலோங்கி இருக்கும், அதற்கு காரணம் அவர்களின் தேவையற்ற பயம்.

தேவையற்ற பயத்தை தவிர்க்க வேண்டும்
(Avoid unnecessary fear)

ஒருவர் தன் மீதான நம்பிக்கையை இழக்கும் தருவாயில் அவர் பயப்பட ஆரம்பிக்கிறார். ஒரு நபர் தான் ஈடுபட்டிருக்கும் வேலையில் தோல்வி அடைந்துவிடுவோமோ என்று மாய எண்ணத்தினால் பயப்பட ஆரம்பிக்கிறார்.

அச்சமின்றி பணியை மேற்கொள்ளும் தைரியம் அவர்களுக்கு இல்லை. எங்கே தாம் தொற்றுப்போனால் தங்களை சுற்றி இருக்கும் நபர்களால் கேள்விக்கு ஆளாகுவோமோ என்ற மன நிலை அவர்களை அச்சம் அடைய வைக்கிறது.

சிலருக்கு அவர்களின் ஆர்வம் அவர்களை பயப்பட வைக்கிறது. தாங்கள் மேற்கொள்ளும் பணி எப்பொழுது முடிவடையும் என்றும், எவ்வாறு முடிவடையும் என்றும், தாங்கள் எதிர் பார்க்கும் பலன் கிடைக்குமா என்று தெரிந்துகொள்ளும் ஆர்வம் அவர்களை மீண்டும் மீண்டும் அதையே சிந்திக்க வைக்கிறது, அவர்களின் தொடர்ச்சியான அந்த எதிர்பார்ப்புடன்கூடிய எண்ணம் அவர்களை கவலையடைய செய்கிறது, அதன் வெளிப்பாடு அவர்களுக்கு அச்சம் தொற்றிக் கொள்ளும்.

சிலர் பரபரப்பான வேலை அழுத்தத்தால் அச்சப்படுவார்கள். சிலர் தாங்கள் மேற்கொள்ளும் அந்த வேலையை அவர்களால் குறிப்பிட்ட நேரத்திற்குள் திறன்பட செய்து முடிக்க முடியுமா என்ற சந்தேகம் எழும் பொழுது அவர்களுக்கு அச்சம் தொற்றிகொள்ளும்.

சிலர் தாம் எந்த வேலை செய்தாலும் அதை முழுமையாகவும் நேர்த்தியாகவும் செய்யவேண்டும் என்ற குணாதிசயம் இருக்கும் (Perfectionist). உயர் சாதனையாளர்களை விட பரிபூரணவாதிகளுக்கு (Perfectionist) தோல்வி பயம் அதிகம், ஏனெனில் அவர்கள் எடுத்து செய்யும் வேலைகளின் முடிவை முன்கூட்டியே தீர்மானிக்கிறார்கள், அதற்கு ஒரு அளவுகோளை, இலக்கை நிர்ணயிக்கிறார்கள்.

அவர்கள் முடிவு அவர்களுக்கும் சாதகமாவும் எதிர்பார்த்த அளவில் இருக்க வேண்டும் என்றும் ஆவலுடன் முடிவை எதிர்நோக்கி இருப்பார்கள்.

அவர்கள் எதிர்பார்த்த பலனைப் பெறவில்லை என்றால், அவர்கள் ஏமாற்றமடைகிறார்கள்.

கிடைத்த ஏமாற்றம் அவர்களுக்கு கவலையையும், பதட்டத்தையும் உருவாக்குகிறது (Anxiety), பதட்டம் அவர்களின் பயத்தை அதிகப்படுத்துகிறது.

இந்த மன அழுத்தத்தையும் அச்சத்தையும் வெல்ல வேண்டும் என்றால் நாம் சில விஷயத்தை புரிந்துகொள்ள வேண்டும்.

1. இந்த உலகில் எதையும் பரிபூரணமென்று அழைக்க முடியாது, அது உயிரினங்களாக இருந்தாலும் சரி, இல்லை உயிரற்ற பொருளாக இருந்தாலும் சரி, எதாவது குறைப்பாடுகள் இருக்கத்தான் செய்யும். நாம் அதை ஏற்றுக்கொள்ள முன்வர வேண்டும்.
எந்த மனிதனாக இருந்தாலும் சரி, அவரவர் வளர்ந்த சூழலுக்கு ஏற்ப அவர்களின் செயல்கள் அமையும். அனைவராலும் ஒரே மாதிரியாக செயல் பட முடியாது. நாம் தான் சூழ்நிலைக்கு ஏற்ப, மனிதருக்கு ஏற்ப வளைந்துகொடுத்து செல்ல வேண்டும்.

2. அடையக்கூடிய இலக்குகளை (Achievable and Realestic Goals) அமைத்து அதில் வெற்றி பெற உழைத்தோமேயானால் நமக்கே வெற்றி, இவ்வாறு செய்வதன் மூலம் தேவையற்ற கவலைகளை தவிர்க்கலாம்.

3. நாம் செய்யும் தவறுகளும், அதிலிருந்து கிடைக்கும் ஏமாற்றங்களும் நமக்கு நல்ல

படிப்பினையே என்ற எண்ணம் இருக்க வேண்டும்.

4. திட்டமிட்டபடி விஷயங்கள் நடக்காத பொழுது, நாம் நம்மிடமும், பிறரிடமும் மென்மையாக நடந்துகொள்ள கற்றுக்கொள்ளவேண்டும். ஏனென்றால் சிலர் தாங்கள் கவலையாக இருக்கும் பொழுது தங்களையும் வருத்திக்கொண்டு தங்களை சுற்றி இருக்கும் நபர்களின் நிம்மதியையும் கெடுப்பார்கள். இத்தகைய சூழல்களை அமைதியாக கடந்து செல்ல கற்றுக்கொள்ள வேண்டும்.

கோபத்தை தவிர்க்க வேண்டும் (Avoid Anger)

மனிதன் தான் எதிர்பார்த்தது நடக்கவில்லை என்றால், அவரின் மனம் ஏற்றுக்கொள்ள மறுக்கும், அதனால் அதிருப்தி அடைவர். மனிதனுக்கு ஏற்பட்ட அதிருப்தியால் தூண்டப்பட்ட ஒரு தீவிர உணர்ச்சியின் நிலைப்பாடே கோபம் / ஆத்திரம் / சீற்றம்.

ஒருவருக்கு தான் செய்யும் செயலில் எதிர்பார்த்த இலக்கை அடைய முடியவில்லை என்றால் அவரின் மனம் வருத்தம் அடையும் (Upset), சிலர் அந்தநிலையை கடந்து எரிச்சலுடன் (Iritation) கூடிய மனநிலையை அடைகிறார்கள்.

சிலர் தான் ஈடுபட்ட வேலையில் எதிர்பார்த்தது நடக்கவில்லை என்றால், அதை பெரிய அவமானம் என்றும் யாரோ வேண்டுமென்றே தங்களை இந்த நிலைமைக்கு தள்ளுகிறார்கள் என்று எண்ணி ஆத்திரம் கொள்வார்கள்.

கோபத்தினால் கரடியின் வாயில் அகப்பட்ட கதை

"ஆத்திரக்காரனுக்குப் புத்தி மட்டு"

ஒரு விவசாயி காட்டில் உள்ள தனது வீட்டில் பல மரங்களை வளர்த்து வந்தார். ஒரு மரத்தின் கிளையில் தேனீ கூடு கட்டியிருந்தது. விவசாயி ஒரு வாரம் கழித்து அந்த தேன்கூட்டிலிருந்து தேனை எடுத்து உண்ண திட்டம் தீட்டியிருந்தார். ஒரு நாள் அந்த தேன்கூடு காணாமல் போனது. தேன்கூட்டை காணவில்லை என்று விவசாயி பரிதவித்தான். கோபமடைந்த அவர், தேன்கூட்டை திருடியவனைப் பழிவாங்க நினைத்தார்.

விவசாயி தேன்கூடு காணாமல் போனதைக் குறித்து கடவுளிடம் முறையிட்டார். அப்போது கடவுள் அங்கு வந்தார், உனக்கு என்ன உதவி வேண்டும் என்று கேட்டார்.

கோபமடைந்த விவசாயி கடவுளிடம், "நான் ஆசையாக பாதுகாத்து வந்த தேன்கூட்டை யாரோ திருடிச் சென்றுவிட்டனர். இந்தப் தேன்கூட்டை திருடியவர் யாராக இருந்தாலும் உடனடியாக இங்கு கொண்டு வரப்பட வேண்டும்" என்று கடவுளிடம் அவர் உதவி கேட்டார்.

கடவுள் விவசாயிடம், அந்த தேன்கூட்டை திருடியவரை இங்கு கொண்டுவந்தால் என்ன செய்வாய் என்று கேட்டார்.

அதற்கு விவசாயி, திருடியது யாராக இருந்தாலும் அவர்களை கொள்ளுவேன் என்றார்.

கடவுள் சொன்னார், இந்த தேன்கூடு உனக்கு வேண்டுமா? நான் அதை உங்களிடம் திருப்பித் தருகிறேன். ஆனால் தேன்கூடு காணாமல் போனதற்கு யார் காரணம் என்று கேட்காதீர்கள் என்றார்.

ஆனால் விவசாயி கேட்கவில்லை. "கடவுளே! நான் மிகவும் கோபமாக இருக்கிறேன். தேன்கூட்டை திருடியவனைப் பழிவாங்கும் போதுதான் என் உள்ளம் திருப்தியடையும். "எனவே, திருடனை இங்கே கொண்டு வாருங்கள்," என்று அவர் பிடிவாதமாக மீண்டும் கோரினார்.

அதற்கு கடவுள் சொன்னார், சரி, நீ கேட்கும் வரம் தருகிறேன். ஆனால் நீங்கள் பின்னர் வருத்தப்படக்கூடாது என்றும், நான் உன் தேன்கூட்டை திருடியவனை இங்கு கொண்டுவந்து உன் கையில் பிடித்து கொடுத்து விடுகிறேன் என்றும், இந்த விஷயத்திற்க்காக மீண்டும் ஒருமுறை என்னை அழைக்கக்கூடாது என்றும் கூறினார்.

விவசாயி ஒப்புக்கொண்டார்.

இதோ, நீ கேட்ட வரம், தேன்கூட்டை திருடியவனை உன் கையில் பிடித்து கொடுத்துவிட்டேன், இனி எல்லாம் உன் பொறுப்பு என்று கூறி சட்டென்று கடவுள் அங்கிருந்து மறைந்தார்.

உடனே அந்த விவசாயி கோபத்துடன் தன் கையை பிடித்துள்ளது யார் என்று பார்த்தால், அது ஒரு கரடி. கரடியைக் கண்ட விவசாயி கடவுளே கடவுளே என்னை காப்பாற்றுங்கள் என்று கதறி அடித்து ஓட்டம் பிடித்தார்.

கோபத்தின் விளைவுகள்: நாம் கோபம் கொள்ளும் பொழுது நம் மூளை யோசிக்கும் திறமையை இழக்கும், அது செயலற்று போகும். கோபம் நம்மை நல்ல முடிவுகளுக்கு கொண்டு செல்லாது. மாறாக, நம்மை தவறான முடிவுகளை எடுக்க வைத்து, நமக்குத் தீங்கையே விளைவிக்கும்.

· **பழிவாங்க துடிக்கும் மனம்:** பழிவாங்கும் எண்ணம் நம்மை அழிவுக்கு கொண்டு செல்லும். நாம் மற்றவர்களுக்கு தீமை செய்தால், அது நமக்கே தீங்காக திரும்பும்.

கோபம் மற்றும் மனச்சோர்வில் இருந்து வெளிவர சிரிப்பு ஒரு நல்ல மருந்து.

நாம் சிரிக்க மறந்த கதை

குழந்தைகள் ஒரு நாளைக்கு சராசரியாக 400 முறை சிரிக்கிறார்கள், ஆனால் ஒரு வளர்ந்த மனிதன் (பெரியவர்கள்) சராசரியாக 15 முறை மட்டுமே சிரிக்கிறார்கள் என்று ஆராய்ச்சி முடிவு சுட்டிக்காட்டுகிறது.

நாம் குழந்தையாக இருக்கும் போது எந்த காரணமும் இல்லாமல் எல்லாவற்றிற்கும் சிரிப்போம், அவ்வளவு ஏன்? குழந்தைகள் வெறும் சத்தத்திற்கும் சிரிப்பார்கள், கைதட்டினால் சிரிப்பார்கள், கிளு கிளுப்பை ஆட்டினாள் சிரிப்பார்கள், வெளிச்சத்தை பார்த்து சிரிப்பார்கள்.

குழந்தைகள் தாங்கள் உணரும் எந்த ஒரு வித்யாசமான நிகழ்வையும் ரசிப்பார்கள், அதன் விளைப்பாடுதான் அவர்களின் சிரிப்பு.

குழந்தைகளாக நாம் இருந்த பொழுது அப்படி சிரித்து மகிழ்ந்த நாம், பெரியவர்களாக ஆனவுடன், ஏன் நம்மை மன அழுத்தம் என்ற இருட்டு அறையில் போட்டு அடைத்து கொண்டோம்? அந்த அறையை திறக்கவிடாமல் பயம் என்ற ஒரு பெரிய பூட்டை போட்டு பூட்டி வைத்துளோம்!

இது சரியா?

இன்னும் சொல்லப்போனால், நாம் சிறு வயதாக இருக்கும் காலத்திலிருந்து, நாம் நம்முடைய ஆசிரியர் முன் சிரிப்பது மரியாதை அற்றது, மேல் அதிகாரியின் முன் சிரிப்பது மரியாதை அற்றது, பெரியவர்கள் முன்னிலையில் சிரிப்பது மரியாதை அற்ற செயல் என்று சொல்லியே வளர்க்கப்படுவோம், அடக்கப்படுவோம்.

சிரிப்பது என்பது கொலை குற்றம் இல்லை என்பதை நாம் ஒத்துக் கொள்ள வேண்டும்!

சிரிப்பு என்பது மனிதனுக்கு மட்டும் இறைவன் கொடுத்த வரம், வேற எந்த உயிரினங்களும் செய்ய முடியாத செயல் சிரிப்பு.

சிரிப்பு மனிதனை ஆரோக்கியமாகவும் இளமையாகவும் வைத்திருக்க உதவுகிறது.

நாம் குழந்தைத்தனமாக இருப்பது தவறு (One's Childish behaviour is wrong)! அதுவே நம் மனதை ஒரு குழந்தையை போல் வைத்திருப்பது மிக சிறந்தது (keep our mind like a child)!

எப்பொழுதும் நம்மை குழந்தை தன்மையுடன் கூடிய மன நிலையில் வைத்திருக்க பழக வேண்டும், அது நம்மை ஆரோக்கியமாக வைத்திருக்க உதவும்.

நாம் சிரிக்கும்போது, நம் உடலில் அது எண்டார்பின் (Endorphins) என்ற ஹார்மோனைத் தூண்டி வெளியிடும், அது நம்முடைய இதயம், நுரையீரல், தசைகள் மற்றும் மூளை நன்றாக வேலை செய்யவும், மன அழுத்தமின்றி உணரவும் உதவுகிறது.

நகைச்சுவை உணர்வும் சிரிப்பும் மற்றவர்களுடன் நல்ல நல்லிணக்கத்தையும் உறவையும் பேணிக்காக்க உதவுகிறது.

> நம் உடலையும் மனதையும் ஆரோக்கியமாக வைத்திருப்பது அவசியம் (Exercise and Meditation)

உடற்பயிற்சி என்பது நம் உடலை கட்டுக்கோப்பாக வைத்துக்கொள்ளவும், தியானம் என்பது நம் மன அழுத்தத்தை அகற்றுவதற்கும் நாம் அன்றாடம் பின்பற்றவேண்டிய ஒன்று.

தினமும் உடற்பயிற்சி செய்யாமல் இருந்தால் பல்வேறு நோய்களுக்கு ஆளாக நேரிடும். எனவே, தினமும் உணவு உண்பது போல், தினமும் உடற்பயிற்சி செய்வது அவசியம்.

சரியான ஆரோக்கியம் மற்றும் உடற்தகுதிக்கு உடற்பயிற்சி மிகவும் அவசியம். குறிப்பாக இன்றைய தலைமுறையினர் பின்பற்றும் உணவு முறை (அன்றாடம் உண்ணும் நொறுக்குத் தீனிகள்) அவர்களின் வாழ்க்கைத் தரத்தை வெகுவாக பாதிக்கின்றது.

ஆரோக்கியமற்ற உணவை உண்பது ஒரு பக்கம் என்றால், மறுபுறம் பெரும்பாலான மக்கள் அவர்களின் வேலை சுமை மற்றும் அன்றாட வேலை வழக்கம் காரணமாக, கண்ட வேளைகளில் (On untimes) உணவு உட்கொள்ளுகிறார்கள்.

இதுபோன்ற அனைத்து சவால்களையும் சமாளிக்க, வழக்கமான உடற்பயிற்சி செய்வது அவசியம்.

தற்போதைய வாழ்க்கை சூழலில், ஒரே மாதிரியான வேலை (Monotonus Job) மற்றும் அதிகப்படியான வாழ்க்கை அழுத்தம் (Excesive Life Pressure)

காரணமாக பெரும்பாலான மக்கள் மனச்சோர்வினால் பாதிக்கப்படுகின்றனர்.

நம்மில் பெரும்பாலோர் தேடுவது, நம் அன்றாட வாழ்க்கையில் சாந்தம், மன அமைதி, மகிழ்ச்சி, நல்ல உடல்நிலை, அதிக ஆற்றல் கொண்ட மன நிலை, நேர்மறையான சிந்தனை இவை அனைத்தையும் நாம் நமதாக்கிக்கொண்டு நம்மை சுற்றி உள்ள உறவுகளிடம் நல்ல உறவை பேணிக்காக்கவேண்டும் என்று விரும்புவோம்.

வழக்கமான தியானத்தின் மூலம் இவை அனைத்தும் சாத்தியமாகும்!

இயற்கையுடன் ஒன்றி இருந்து மகிழ்ச்சியுடன் வாழ்வோம் (Gift from Nature)

நாம் இயற்கையுடன் நேரத்தை செலவழிக்கும் பொழுது, இயற்கை நமக்கு அமைதி, மகிழ்ச்சி மற்றும் படைப்பாற்றல் போன்ற பல நேர்மறையான உணர்ச்சிகளை உருவாக்கவும், ஒரு விஷயத்தில் தீர்க்கமாக கவனம் (Focus and Concentration) செலுத்தவும் உதவுகிறது.

மனநலம் சார்ந்த பிரச்சனைகள், மனச்சோர்வு மற்றும் பதட்டம் ஆகியவற்றை எதிர்கொள்ள இயற்கை ஒரு தீர்வாக இருக்கிறது.

இயற்கை சூழல், மனிதனுக்கு அளவிடமுடியாத அளவுக்கு பல நன்மைகளை தருகிறது.

இயற்கையால் மட்டுமே நம் இதயத்துடன் பேச முடியும், எப்படி என்று கேட்கிறீர்களா?

இயற்கை, மனிதனுடன் இயற்கை காட்சிகள், பசுமையான தோற்றம் மற்றும் ஆழ்ந்த அமைதி போன்றவற்றின் மூலம் நம்முடன் பேசும் ஆற்றல் கொண்டது.

இயற்க்கைக்கு அதற்கே உரிய பல குணாதிசயங்கள் உண்டு, அதை நம் உணர்வு உறுப்புகள் மூலம் மட்டுமே உணர முடியும். ஆம் நல்ல நறுமணம், கேட்க மெல்லிய ஓசை, நம் உடலை உரசி செல்லும் மெல்லிய காற்று, பார்த்து ரசிக்க ரம்யமான காட்சிகள் போன்றவற்றை அனுபவித்து பார்த்தால்தான் உணர முடியும்.

நமக்கு பிடித்த இசையை தனிமையில் கேட்பது நம் மனதிற்கு நாம் தரும் இதமான சுகம். இசை நம் மனதில் பெரிய அளவில் நேர்மறை தாக்கத்தை உருவாக்கும் என்பதில் மாற்றுக்கருத்தில்லை.

நம்மை நேர்மறையான எண்ணங்களுடன் வைத்திருப்பதில், நம்முடைய ஐந்து புலன்களின் பங்களிப்பு என்ன ?

மனித மூளையை ஒழுங்குபடுத்துவதில் மனித உணர்திறன் உறுப்புகள் முக்கிய பங்கு வகிக்கின்றன (5 Sensing Organs of Human being).

ஐந்து புலன்களில் ஏற்றத்தாழ்வு (Imbalance) பல வழிகளில் மூளை மற்றும் ஒட்டுமொத்த ஆரோக்கியத்தில்

எதிர்மறையான தாக்கத்தை ஏற்படுத்தும். எனவே நமது உணர்வு உறுப்புகளை சீரான நிலையில் வைத்திருப்பது மிகவும் முக்கியம்.

உணர்திறன் உறுப்புகளில் (Five Sensing Organs) ஏற்படும் எந்த ஒரு ஏற்றத்தாழ்வையும் நம் மூளை ஏற்றுக்கொள்ளாது.

எடுத்துக்காட்டாக, உயர்தர சுவையான இனிப்பைக் கொடுத்தாலும், அசுத்தமான மற்றும் துர்நாற்றம் அடிக்கும் சூழலில் அமர்ந்து சாப்பிடுவதை நம் மனம் விரும்பாது.

நல்ல சூழலில் நல்ல சுவையான உணவு பரிமாறப்பட்டாலும், அசாதாரண ஒலி நம்மைச் சூழ்ந்தால் அதை நம் மனம் ஏற்காது.

என்ன தேவ அம்ரிதமாக இருந்தாலும், சூழல் நன்றாக இருந்தாலும், காற்றோட்டம் இல்லாத ஒரு இறுக்கமான சூழலில் அமர்ந்து உணவு உட்கொள்வதை நம் மனம் விரும்பாது.

ஒரு நேர்மறையான மனதையும் அதிர்வையும் பெற, உணர்திறன் உறுப்புகளை சமநிலை நிலையில் வைத்திருப்பது முக்கியம். உணர்திறன் உறுப்புகளில் ஏற்படும் ஏற்றத்தாழ்வு (Imbalance) மற்றும் மன அமைப்பை (Mindset) மீட்டமைக்க கோயில்கள் மற்றும் பிற வழிபாட்டுத் தளங்களுக்கு செல்வது ஒரு சிறந்த தீர்வாகும்.

இது அவரவர் நம்பிக்கையை பொறுத்தது, சிலர் இயற்கையை நேசிப்பார்கள்.

நன்றியுணர்வுடன் (Gratitude) வாழக் கற்றுக் கொள்ள வேண்டும்

உங்கள் வாழ்க்கையில் நிகழக்கூடிய நல்ல விஷயங்களுக்கு நீங்கள் நன்றியுள்ளவர்களாக உணருவது தான் நன்றியுணர்வு (Gratitude).

ஒரு நல்லது நடக்கும் பொழுது அது சிறியதாக இருந்தாலும் சரி, பெரியதாக இருந்தாலும் சரி, அதை பெறுவதற்கு நீங்கள் எவ்வளவு பாக்யம் செய்திருக்க வேண்டும் என்று நினைக்கக்கூடிய உணர்வுதான் நன்றியுணர்வு.

ஒருவர் உங்களுக்கு செய்த உதவிக்காக அந்த நபருக்கு, உணர்வுப்பூர்வமாக நீங்கள் தெரிவிக்கும் நன்றி அல்லது கொடுக்கும் பரிசுதான் நன்றியுணர்வு.

நன்றியுணர்வு என்பது ஒரு தொடர்ச்சியான செயல் அல்லது உணர்வு, ஒருவர் பிரதிபலன் பாராது உங்களுக்கு செய்த உதவிக்காக, அவரிடம் தொடர்ச்சியாக உங்களுடைய நன்றி உணர்வை வெளிப்படுத்த வேண்டியியது உங்கள் கடமை.

இரக்க குணத்துடன் (Kindness) இருக்க கற்றுக் கொள்ள வேண்டும்

கருணை (இரக்கguணம்) என்பது, ஒருவர் பிறரிடத்தில் (மற்ற உயிரினங்களுடன்) மென்மையாகவும், அக்கறையுடனும், உதவிகரமாகவும் இருப்பது.

நாம் அனைவருமே எதாவது ஒரு சந்தர்ப்பத்தில், பிறரால் அப்படிப்பட்ட கருணையுடன் நடத்தப்பட்டிருப்போம், அதைக்கண்டு நாம் வெகுவாக உணர்வுப்பூர்வமாக மகிழ்ந்திருப்போம்.

ஒருவர் நம் மீது காட்டும் இரக்ககுணம் (கருணை), நாம் அவர்களிடத்தில் நன்றியுணர்வுடன் இருக்க நம்மை தூண்டும்.

ஒருவருக்கு அவர் செய்த நல்ல செயலுக்காக நாம் அவருக்கு தரும் பாராட்டுக்கள், அவர்களின் வேலைகளில் அவர்களுக்கு உதவுதல், யாராவது சோர்வாக இருக்கும்பொழுது, அவர்களிடம் கவலைப்படாதீர்கள் நான் உங்களுடன் இருக்கிறேன் என்று நாம் தரும் தார்மீக ஆதரவு (Morale support) போன்ற செயல்கள் இரண்டு நபர்களுக்கு இடையே உள்ள உறவை, கருணை மற்றும் நன்றியுணர்வு ஆகியவற்றின் மூலம் வலுப்படுத்தும்.

காய்கறி தந்து உதவிய வியாபாரி; நன்றி மறவாத காவல்துறை அதிகாரியாக மாறிய மாணவன்

கருணை மற்றும் நன்றியுணர்வுடன் இருக்கும் இரண்டு நபர்களை பற்றிய உண்மை சம்பவம். இந்தியாவின் போபாலில் நடந்த ஒரு உண்மை சம்பவம்; 12 நவம்பர் 2024 அன்று செய்தித் தாளில் வெளியான கட்டுரை.

A real incident happened in Bhopal, Madhya Pradesh, India; an article published in a newspaper on 12th November 2024.

சுமார் 14 ஆண்டுகளுக்கு முன்பு கல்லூரி மாணவராக இருந்த பொழுது தனக்கு காய்கறி கொடுத்து உதவிய வியாபாரியை, காவல் துறை டிஎஸ்பி ஒருவர் தேடி சென்று பரிசு கொடுத்த நெகிழ வைத்த சம்பவம் பலரின் மனதையும் கவர்ந்துள்ளது. அவர் யார்? என்ன நடந்தது? என்பது பற்றி இங்கே பார்க்கலாம்.

நாம் அனைவரும் தினமும் பல நூறு பேரை சந்தித்து வருகிறோம். இதில் முகம் தெரியாத சிலருக்கு நாம் உதவி செய்து இருக்கலாம். அதேபோல் நம்மை யார் என்று தெரியாமலேயே இன்னொருவரும் நமக்கு உதவி இருக்கலாம். நிச்சயமாக நமக்கு உதவிய அல்லது நம்மிடம் உதவி பெற்ற நபர்களை அடுத்த முறை பார்க்கும்போது நம்மில் பலரும் அவரிடம் நிச்சயம் பேசி நலம் விசாரிப்போம்.

மத்திய பிரதேச மாநிலம் குவாலியர் பெஹாத் டிவிஷனில் டிஎஸ்பியாக பணியாற்றி வருபவர் சந்தோஷ் படேல். இவருக்கு வயது 33. இவர் மத்திய பிரதேசத்தின் பன்னா அருகே உள்ள தேவ்கான் கிராமத்தை சேர்ந்தவர்.

இவரது தந்தை ஒரு கைவினை கலைஞர். சந்தோஷ் படேலின் குடும்பம் ஏழ்மையானது. மின்சார வசதி இல்லாததால், சந்தோஷ் படேல் பள்ளி படிக்கும் காலங்களில் மண்ணெண்ணெய் விளக்கை பயன்படுத்தி அதன் வெளிச்சத்தில் படிப்பது வழக்கம்.

அதன்பிறகு 2009-2010 காலக்கட்டத்தில் போபால் பசாரா டாக்கிஸ் ஏரியா அருகே இன்ஜினியரிங் கல்லூரியில் படித்தார்.

அப்போது சந்தோஷ் படேல் பணக்கஷ்டத்தில் தவித்தார். இந்த வேளையில் அங்கு காய்கறி வியாபாரம் செய்த சல்மான் கான் என்பவர் அவருக்கு உதவி செய்தார். சந்தோஷ் படேலுக்கு தேவையான காய்கறிகளை கொடுத்து உதவினார். பணம் கொடுக்காவிட்டாலும் கூட அவ்வப்போது காய்கறி கொடுத்தும், சில சமயங்களில் சாப்பிட உணவு வகைகள் கொடுத்தும் உதவியுள்ளார். இதனால் இருவருக்கும் இடையே நல்ல உறவு வந்தது. அதன்பிறகு கல்லூரி படிப்பை முடித்த சந்தோஷ் படேல் தனது சொந்த ஊருக்கு சென்றார்.

வனத்துறை மற்றும் போலீஸ் துறையில் பணியில் சேர அவர் தேர்வு எழுதினார். 2017 ம் ஆண்டு மத்திய பிரதேச மாநில போலீஸ் தேர்வில் சந்தோஷ் படேல் தேர்ச்சி பெற்றார். தற்போது டிஎஸ்பியாக அவர் பணியாற்றி வருகிறார். இந்நிலையில் தான் தனக்கு உதவி செய்த சல்மான் கானை காண வேண்டும் என்று சந்தோஷ் படேலுக்கு நீண்ட காலமாக எண்ணம் இருந்தது. போபாலுக்கு பணி இடமாற்றம் செய்தால் அவரை எப்படியாவது பார்த்து விடலாம் என்று சந்தோஷ் படேல் நினைத்தார். ஆனால் அவருக்கு நினைத்தபடி பணி இடமாறுதல் என்பது கிடைக்கவில்லை.

இத்தகைய சூழலில் தான் 4 நாள் பயிற்சிக்காக போபாலுக்கு சந்தோஷ் படேல் சென்றார். இந்த

வேளையில் அவர் சல்மான் கானை பார்க்க முடிவு செய்தார். தான் கல்லூரி காலத்தில் சல்மான் கான் கடை வைத்திருந்த இடத்துக்கு சந்தோஷ் படேல் சென்றார். அங்கு சல்மான் கான் இருந்தார். சல்மான் கானை பார்த்த சந்தோஷ் படேல், "என்னை நியாபகம் இருக்கிறதா" என்று கேட்டார். அதற்கு சல்மான் கான், "நியாபகம் இருக்கிறது சார், காய்கறி வாங்கி கொள்ளுங்கள்" என்று சிரித்தபடி கூறினார்.

மேலும் இருவருக்கும் பழைய நினைவுகள் மனதில் வர அவர்கள் கட்டியணைத்து நட்பு பாராட்டினர். இந்த வேளையில் சந்தோஷ் படேல், சல்மான் கானுக்கு ஸ்வீட் பாக்ஸ் மற்றும் பணம் கொடுத்தார். முதலில் அதனை வாங்க மறுத்த சல்மான் கான் அதன்பிறகு சந்தோஷ் படேல் கட்டாயப்படுத்தியதால் வாங்கி கொண்டார். இருவரும் 14 ஆண்டுகள் கழித்து தங்களின் பழைய நினைவுகளை பகிர்ந்து கொண்டனர்.

ஒருவருக்கு எந்த முகவரியும், அந்தஸ்தும் இல்லாதப்பொழுது உதவிக்கரம் நீட்டிய காய்கறி வியாபாரியின் (சல்மான் கான்) இரக்ககுணமும், அதேபோல் தான் ஒரு பெரிய பதவிக்கு வந்த பிறகும் நன்றிமறக்காமல் காய்கறி வியாபாரியை கௌரவித்த காவல் துறை அதிகாரியின் (சந்தோஷ் படேல்) நன்றியுணர்வும் பாராட்டுக்கு உரியது.

பிறர் மீது பழி போடுவதை தவிர்க்க வேண்டும்
(Avoid Blaming Others)

சிலர் தங்கள் மீதுள்ள சொந்த தவறுகள் அல்லது குறைபாடுகளை ஏற்றுக்கொள்ள விரும்பாமல், அவர்கள் மற்றவர்கள் மீது குறை கூற முனைகிறார்கள், அதைத்தான் மற்றவர்களைக் குறை கூறுதல் என்று சொல்வார்கள் (ஆங்கிலத்தில் "Blaming Others" என்று சொல்வார்கள்).

தாங்கள் செய்த தவறுக்கு அடுத்தவர்மீது குற்றம் சுமத்துவதை, ஆங்கிலத்தில் "Pass the buck" என்று சொல்வார்கள். தமிழில் இதை ஒரு கடினமான பிரச்சனையை தாங்கள் கையாளுவதற்கு பதிலாக, வேறு ஒருவருக்கு தள்ளிவிடும் செயல் என்று சொல்வார்கள்.

தன் தவறை ஏற்காத மனப்பான்மை கொண்ட ஒருவன் வாழ்க்கையில் வெற்றி பெற முடியாது.

தவறு செய்வது மனித இயல்பு, ஆனால் அதை திருத்திக்கொள்வது தான் சிறந்த பண்பு.

பிறர் மீது பொறாமை கொள்வதை தவிர்க்க வேண்டும்
(Do not be Jealous)

தன்னால் விரும்பப்பட்ட, ஆனால் அடைய முடியாத ஒரு பொருளை, இலக்கை, பதவியை, அந்தஸ்தை அடுத்தவர் அடைந்தால் அதனால் வரும் எதிர்மறை எண்ணம் தான் பொறாமை.

தான் பெறாததை (பெறமுடியாததை) அடுத்தவர் பெற்றால் வரும் விரும்பத்தகாத எண்ணம் தான் பொறாமை.

பொறாமைப்படுவது புற்றுநோய் போன்றது. பொறாமை என்ற நோய் மெதுவாக நம் மூளைக்குள் ஊடுருவி, காலப்போக்கில் நம் குணத்தையும் வளர்ச்சியையும் அழித்துவிடும்.

பொறாமை என்பது ஒழிக்க வேண்டிய நோய்; நாம் பொறாமை என்ற எண்ணத்தை நம் மூளைக்குள் ஊடுருவ அனுமதிக்க கூடாது, அதை முளையிலேயே கிள்ளி எறிய வேண்டும்.

வதந்திகளை ஊக்குவிக்கவோ அல்லது
பரப்பவோ கூடாது (Avoid Gossips / Rumors)

மற்றவர்களைப் பற்றியும் அவர்களுடைய தனிப்பட்ட வாழ்க்கையை பற்றி புறம் பேசுவதும், உண்மைக்கு புறம்பாக பேசுவதும், அடுத்தவரை பற்றி மற்றொருவரிடம் தரம் குறைவாக பேசுவதை நாம் ஊக்குவிக்க கூடாது, நாமும் இதுபோன்ற செயல்களில் ஈடுபடக்கூடாது.

ஏன் சிலர் வதந்திகளையும் புரளி பேசுவதையும் வாடிக்கையாக கொண்டுள்ளார்கள் என்ற காரணத்தை பல தரவுகள் மற்றும் ஆராய்ச்சி முடிவுகளில் இருந்து நாம் தெரிந்துகொள்ளலாம்.

மக்கள் தங்கள் குழு உறுப்பினர்களுடன் பிணைப்பை ஏற்படுத்தவும், குழுவுடன் தாங்கள் மகிழ்ச்சியாக

இருக்கவும், குழு உறுப்பினர்களுடன் தகவல்களை பரிமாறிக்கொள்ளவும், தங்கள் உணர்ச்சிகளை வெளிப்படுத்துவதற்காக சிலர் வதந்திகளை பரப்புகிறார்கள்.

மனிதர்களைத் தவிர வேறு எந்த உயிரினமும் வதந்திகளைப் பரப்புவதிலும், பிறரைக் குறை கூறுவதிலும், பிறர் மீது பொறாமை கொள்ளுதல் போன்ற தரம் தாழ்ந்தச் செயல்களில் ஈடுபடுவதில்லை.

இதற்கு அதிக உதாரணம் தேவையில்லை. 1947 இல் இந்தியா சுதந்திரம் அடைந்தது. நமக்கு முன்பும் சிறிது காலம் கழித்தும் பல நாடுகள் சுதந்திரம் பெற்றன. அதில் சில நாடுகள் வறுமை, நிலையற்ற தன்மை மற்றும் பாதுகாப்பற்ற சூழ்நிலைகளால் மிகவும் பாதிக்கப்பட்டுள்ளன.

அவர்களின் இந்த அவல நிலைக்கு காரணம் என்ன?

தங்கள் சொந்த மக்கள் மற்றும் வளர்ச்சியில் கவனம் செலுத்துவதை விட, வதந்திகள் மற்றும் ஆதாரமற்ற குற்றச்சாட்டுகள் மூலம் இந்தியாவை இழிவுபடுத்துவதில் அதிக கவனம் செலுத்துகிறார்கள்.

அதுவே நம் இந்தியா வல்லரசு நாடாக மாறி, கல்வி, சுகாதாரம், நாட்டு பாதுகாப்பு, தொழில் முன்னேற்றம் என்று உயர் நிலையை தொட்டுள்ளோம். வெகு விரைவில் உலகின் மூன்றாவது பெரிய பொருளாதார நாடு என்ற அந்தஸ்தை எட்டவுள்ளோம்.

ஆகையால் நாம் நம் வாழ்வில் முடிசூட வேண்டும் என்றால், நாம் அடுத்தவர்களின் குறையை இழிவுபடுத்தவோ அல்லது அவர்களுக்கு அவப்பெயர் வருவதற்கான செயல்களை செய்வதற்குப் பதிலாக, நம் சுய முன்னேற்றத்திற்கான பாதையை தேர்ந்தெடுத்து அதில் வெற்றி பெறவேண்டும்.

சோம்பலை தவிர்க்க வேண்டும்
(Avoid Laziness)

பல தரவுகள் மற்றும் ஆராய்ச்சி முடிவுகளின்படி குறைந்த அளவிலான உந்துதல் (Lack of Motivation), ஆர்வமின்மை (Lack of Interest) மற்றும் குறைவான தன்னம்பிக்கை ஆகியவற்றால் சோம்பல் ஏற்படக்கூடும் என்று கூறுகின்றன.

நம் அடிப்படை வேலைகளை நாம் செய்யாமல் நமக்கு வேறு யார் செய்வார்கள்?

நம் எண்ணமும் செயலும் ஒரே கோட்டில் இருக்க வேண்டும். நம் எண்ண ஓட்டத்திற்கு ஏற்ப நம் செயலும், செயல் வேகத்திற்கு ஏற்ற நம் எண்ண ஓட்டமும் இருந்தால்தான் நம்மால் வெற்றி பெற முடியும்!

சோம்பேறித்தனம் ஒரு மனிதனை பல இன்னல்களுக்கு ஆளாக்கும். ஒருவர் உண்மையிலேயே பெரிய புத்திமானாக இருந்தாலும்கூட, அவருக்கு இருக்கும் சோம்பேரிதனத்தினால் அவருக்கு கிடைக்க வேண்டிய கௌரவம், பட்டம், பதவி அனைத்தையும் இழக்க நேரிடலாம்.

காலம் தவறி எடுக்கும் முடிவும், காலம் தப்பி செய்யும் செயலும் எந்த விதத்திலும் நமக்கும் உதவாது, பிறருக்கும் உதவாது.

ஆகவே சோம்பேறிதனத்தை தவிர்த்து, சட்டென்று முடிவெடுக்கவும் (Quick decision making) அதை விரைவாக செயல் படுத்தவும் (Immediate action) பழகிக்கொள்வது உங்கள் வாழ்க்கைக்கு நல்லது.

பணிகளை தள்ளிப்போடும் பழக்கத்தை தவிர்க்க வேண்டும் (Avoid Procrastination)

தள்ளிப்போடுதல் என்பது கடைசி நிமிடம் வரை அல்லது காலக்கெடுவைக் கடந்தும் பணிகளை தாமதப்படுத்துவது அல்லது தள்ளி வைப்பது ஆகும்.

இது நேர மேலாண்மை சமந்தமானது மட்டுமல்ல (Not only related to time management). ஆராய்ச்சிகளின் படி, இந்த பிரச்சனைக்கு (Procrastination) காரணம் நம் சுய கட்டுப்பாடின்மைதான் (Lack of Self-Regulation), அதுதான் நம்மை பகுத்தறிவற்ற (Irrationally) முறையில் செயல்பட வைக்கிறது.

சோம்பேறித்தனம் (Laziness) மற்றும் தள்ளிப்போடுதல் (Procrastination) காரணங்களால், நமக்கு புத்தியும் தகுதியும் இருந்தும் நமக்கு கிடைக்க வேண்டியது நமக்கு கிடைக்காமல் போகலாம் (We may lose what we are deserved to get).

சமயோஜித புத்தியுடன் இருக்க வேண்டும்
(Presence of Mind)

ஒரு மனிதன் ஒரு கடினமான சூழ்நிலையில் அல்லது அவசரகால நிலையில் விரைவாகவும் அமைதியாகவும் நல்ல முடிவுகளை எடுக்கும் திறனைக் கொண்டிருக்க வேண்டும்.

சமயோஜித புத்தி என்பது உண்மையில் போற்றத்தக்க பண்பு. பலர் இந்த பண்பை, நம்முடன் பிறந்தது என்று நம்பினாலும், அரசிச்சியாளர்களின் கூற்று படி, இந்த பண்பை (Presence of Mind) நாம் முறையான பயிற்சி மற்றும் சுய உந்துதல் (Self –Interest) மூலம் கற்றுக்கொள்ளமுடியும் என்று நம்பப்படுகிறது.

சிறு வயதில் நாம் கதையாக கேட்டு ரசித்த தெனாலி ராமன், பீர்பால் போன்றவர்கள் எல்லாம், சமயோஜித புத்தியை கொண்டு வாழ்க்கையில் சாதித்தவர்கள்.

சமயோஜித புத்தியுடன் கூடிய மூன்று மீன்கள்
(மஹாபாரதத்தில் பீஷ்ம பிதாமகர்
பாண்டவர்களுக்கு சொன்ன தத்துவ கதை)

அதிகமான மேடில்லாத பகுதியில் ஒரு குட்டை இருந்தது. அந்தக் குட்டையில் ஏராளமான மீன்கள் வசித்து வந்தன. அவைகளுக்குள் மூன்று மீன்கள் மிகுந்த நட்போடு ஒன்றுடன் ஒன்று நெருங்கிப் பழகி வந்தன. ஒன்றாகவே குட்டையில் சுற்றி வந்தன.

அதில் ஒரு மீன் முன்னெச்சரிக்கையாக செயல்படும் தன்மை உள்ளது. அடுத்தது சமயத்திற்குத் தகுந்தபடி செயல்படும் தன்மை உள்ளது. மூன்றாவது மந்த புத்தியுடன் உள்ளது.

ஒருநாள் மீன் பிடிப்பவர்கள் சிலர், அந்த குட்டைக்கு மீன் பிடிப்பதற்காக வந்தார்கள். நாலா பக்கங்களிலும் குட்டையில் உள்ள தண்ணீர் வடியும்படி வழி செய்தார்கள். குட்டைத் தண்ணீர் மெல்லச் குறையத் தொடங்கியது.

அதைப் பார்த்து மூன்று மீன்களும் பயந்தன. அப்போது முன்னெச்சரிக்கை உள்ள மீன், "வரப்போகும் துன்பத்தை அறிந்து, நல்ல முறையில் தடுப்பவன் கஷ்டப் பட மாட்டான். ஆகவே, வாருங்கள். நீர் வற்றுவதற்கு முன்னால், நாம் வெளியேறி வேறு இடத்திற்குப் போய் விடலாம்" என்று சொல்லிற்று.

இரண்டாவது மீன், "நேரம் வரும்போது பார்த்துக் கொள்ளலாம். இப்போது என்ன அவசரம்? ஆபத்து வரும் போது சமாளித்துக் கொள்ளலாம்" என்றது.

மந்த புத்தி உள்ள மீனோ, "ஆபத்து வரும் என்று எனக்குத் தோன்றவில்லை. இங்கேயே வசிக்கலாம். ஏன் அவசரப்பட வேண்டும்?" என்று சொல்லிற்று.

அதைக் கேட்டதும், முன்னெச்சரிக்கை உள்ள மீன், வடியும் தண்ணீர் வழியாக மீன் பிடிப்பவர்களின் கண்களில் படாமல் வெளியேறி ஆழமான வேறொரு குளத்தை அடைந்தது.

குட்டைத் தண்ணீர் வடிந்து முடிந்தது. மீன் பிடிப்பவர்கள் பல வலைகளிலும் மீன்களைப் பிடிக்க ஆரம்பித்தார்கள். அவர்கள் குட்டையைக் கலக்கியபோது பல மீன்கள் அகப்பட்டுக் கொண்டன. அவைகளோடு மந்த புத்தி உள்ள மீனும் அகப்பட்டுக் கொண்டது.

அகப்பட்ட மீன்களை அவ்வப்போது கயிற்றில் கோர்த்தார்கள். அதைப் பார்த்த சமயத்திற்குத் தகுந்தபடி செயல்படும் மீன் கோர்க்கப்பட்ட மீன்களிடையே தானாகவே புகுந்து அந்தக் கயிற்றை வாயினால் கவ்விப் பிடித்துக் கொண்டது. மீன் பிடிப்பவர்கள், கயிற்றில் கோர்த்த மீன்களோடு கிளம்பியபோது அதுவும் கோர்க்கப்பட்டது போலவே கயிற்றில் தொங்கியது.
மீனவர்கள் கயிற்றில் உள்ள மீன்களை வேறொரு ஆழமான குளத்தில் அலம்பினார்கள். அப்போது சமயத் திற்குத் தகுந்தபடி செயல்படும் மீன் கயிற்றை விட்டு விலகி, குளத்துத் தண்ணீரில் மறைந்து பிழைத்தது.

முன்னெச்சரிக்கை மற்றும் சமயோஜித புத்தி உள்ளவன் துயரத்திலிருந்து தப்பிச் சுகமாக வாழ்வான். மந்த புத்தி உள்ளவன் நிச்சயமாக அழிவான் என்பதை விளக்கும் கதை இது.

விடாமுயற்சியுடன் கூடிய மன நிலை
(Newer give-up mindset)

"ஒருபோதும் விட்டுக்கொடுக்கமாட்டேன்" என்ற மனப்பான்மை கொண்டவரின் செயலை, எவராலும்,

எந்த நேரத்திலும் தடுத்து நிறுத்தமுடியாது (They are unstoppable). மற்றவர்கள் நிறுத்தினாலும் அவர்கள் தொடர்ந்து செல்ல வேண்டும் என்ற மன உறுதியுடன் இருப்பார்கள்.

இந்த மன உறுதி, மீண்டெழும் தன்மையுடன் (Resilience), தடைகளைத் தாண்டி உங்கள் இலக்குகளை அடைய உதவும்.

பூமியில் பிறந்த அனைவரும் வெற்றி பெறுவதில்லை. விடாமுயற்சி (Persistence), நோக்கம் (Purpose), மற்றும் அர்ப்பணிப்புடன் (Dedication) தங்கள் இலக்கைத் தொடரூபவர்களுக்கு மட்டுமே வெற்றி சாத்தியமாகும்.

இவர்கள் தங்கள் கனவுகளை நிஜமாக மாற்றக்கூடியவர்கள். எந்த முரண்பாடுகள் இருந்தாலும், இடையூறுகள் வந்தாலும், இவர்கள் தங்கள் கனவுகளை கைவிட மாட்டார்கள்.

ஒரு மனிதன் தனது இலக்கை அடைய உறுதியான குணத்தைக் கொண்டிருக்க வேண்டும் (Determination). செயல்படுத்திக்கொண்டுள்ள விஷயங்கள் தவறாக நடக்கும்போது, உந்துதல் (Motivation) குறைந்து, கவனம் (Focus) செலுத்துவது கடினமாகமாறும். அந்த நேரத்தில், உங்களின் உறுதியான குணம் (Determination), உங்களை உங்களுடைய நீண்ட கால இலக்குகளில் கவனம் செலுத்த உதவுகிறது, அது சூழ்நிலைக்குக்கேற்ப உங்களின் அணுகுமுறையை மாற்றியமைக்க வழிச்செய்யும்.

நாம் முன்பே கூறியது போல, நம்முடைய அணுகுமுறை மற்றும் எண்ணங்கள் நேர்மறையாக (Positive) இருந்தால் எங்கும் எதிலும் நமக்கு வெற்றிதான்.

விட்டுக்கொடுக்காத உறுதியான மன நிலையால் விளைந்த நற்பலன்கள் பல வற்றை சொல்லலாம், அவற்றில் சில இங்கே பார்க்கலாம்!

ஜப்பானியர்களின் விடாமுயற்சியும் அவர்களின் எழுச்சியும்

1945 ஆம் ஆண்டு இரண்டாம் உலகப் போரின் போது ஜப்பான் நாடு கடுமையாகப் பாதிக்கப்பட்டது. இரண்டு கொடிய அணு குண்டுகள் அவர்கள் மீது வீசப்பட்டன, இதன் காரணமாக ஜப்பான் நாடும் அதன் மக்களும் கடுமையாகப் பாதிக்கப்பட்டனர். அவர்களின் உடல்நிலை மோசமாக பாதிக்கப்பட்டது. அவர்களின் உள்கட்டமைப்பு மற்றும் பொருளாதாரம் மோசமாக பாதிக்கப்பட்டது.

ஜப்பான் அந்த நெருக்கடியிலிருந்து மீள முடியாது என்ற அனுமானத்தில் உலகில் உள்ள அனைவரும் இருந்தனர். ஆனால் என்ன ஒரு ஆச்சரியம்?

ஜப்பானியர்கள் அவர்களுடைய கடின உழைப்பு, நேர்த்தியான செயல்கள் மற்றும் விடாமுயற்சிகளால் சில வருடங்களிலேயே, மிக பெரிய எழுச்சி கண்டார்கள். சோனி, டொயோட்டா, மிட்சுபிஷி போன்ற சிறந்த தரம் வாய்ந்த நிறுவனங்களை ஆரம்பித்து உலக தரம் வாய்ந்த பொருட்களை இந்த உலகத்திற்கு கொடுத்து அனைவரின் பார்வையையும் ஜப்பானியர்கள் தங்கள் மீது விழ செய்தார்கள்.

தன் விடாமுயற்சியால் வெற்றி கண்ட சரித்திர நாயகன் ஆபிரகாம் லிங்கன்

ஆபிரகாம் லிங்கன் (Abraham Lincoln) 1861 முதல் 1865 வரை ஐக்கிய அமெரிக்காவின் 16 வது அதிபராக பதவி வகித்தார். 1809 ஆம் ஆண்டு ஒரு ஏழை குடும்பத்தில் பிறந்தார், அவருடைய தந்தை மர வேலை செய்யும் ஒரு ஆச்சாரி.

ஆபிரகாம் லிங்கன், சிறு வயது முதலே முற்போக்கு சிந்தனைகளுடன் இருந்தார். இவர் அடிமை முறைக்கு எதிர்ப்புத் தெரிவித்து அதனை ஒழிக்க அயராது பாடுபட்டார்.

தனது 22 ஆவது வயதில் ஓர் அலுவலகத்தில் குமாஸ்தாவாக வேலைக்கு சேர்ந்தார். பின்னர் கடனுக்கு ஒரு கடையை வாங்கி வியாபாரத்தில் ஈடுபட்டு அதில் தோற்றுப்போனார், பிறகு ஓர் அஞ்சலகத்தில் அஞ்சல்காரராகப் பணியாற்றினார். அதன்பிறகு அவர் தாமாகவே படித்து வழக்கறிஞர் ஆனார்.

அவர் ஏழை குடும்பத்தின் பின்னணியிலிருந்து வந்ததால் அவரால் அரசியலில் அவ்வளவு எளிதில் கால் பதிக்க முடியவில்லை. 1834 ஆம் ஆண்டு தமது 25 ஆவது வயதில் முதன் முதலாக இல்லினாய்ஸ் மாநில சட்டமன்றப் பதவிக்கு போட்டியிட்டு வெற்றிபெற்றார்.

அந்த கால கட்டத்தில், அமெரிக்க தேசத்தில் பல்லாயிரம் நீக்ரோக்களை அடிமைகளாக நடத்தும் வழக்கமும்;

வெள்ளையர் – கருப்பர் (கருப்பினம்) என்ற பாகுபாடும் மேலோங்கி இருந்தது.

தேசத்தைச் சீரழிக்கும் சூழ்நிலையையெல்லாம் தமது தேர்தல் பிரச்சாரக் கூட்டங்களில் லிங்கன் குறிப்பிட்டார். லிங்கனின் இந்த அணுகுமுறை அமெரிக்க மக்களிடத்தில் எழுச்சியை உண்டாக்கியது. தேர்தல் முடிவு லிங்கனுக்கு சாதகமாக அமைந்தது. 1860 ஆம் ஆண்டு நடந்த தேர்தலில் வெற்றி பெற்று அமெரிக்காவின் 16 வது அதிபராக பதவியேற்றார்.

லிங்கனின் வாழ்க்கை நமக்கு தந்த பாடம், விடாமுயற்சியும், போராடும் குணமும், உறுதியான குணமும் (Determination) இருக்குமேயானால் நாம் வெற்றி பெறுவதற்கு நம் சூழல் ஒரு தடையாகாது.

தன் போராடும் குணத்தால் உயிர் பிழைத்து மீண்டு வந்த இந்திய கிரிக்கெட் அணியின் விக்கெட் கீப்பர் ரிஷப் பந்த்

இந்திய கிரிக்கெட் அணியின் விக்கெட் கீப்பர் மற்றும் நட்சத்திர வீரர் ரிஷப் பந்த். இவர் 1997 ஆம் ஆண்டு பிறந்தார். அவர் 2016 ஆம் ஆண்டு தன் 19 ஆம் வயதில், 19 வயதுக்கு உட்பட்ட கிரிக்கெட் போட்டியில் நேபால் தேசத்திற்கு எதிராக தன் முதல் சர்வதேச கிரிக்கெட் போட்டியில் பங்கெடுத்தார்.

தான் விளையாட ஆரம்பித்த சில வருடங்களிலேயே, தன்னுடைய துடிப்பான ஆட்டத்தால் இந்திய அணியில் நிரந்தர இடம் பிடித்தார்.

துரதிஷ்டவசமாக 2022 ஆம் ஆண்டு டிசம்பர் மாதம் ரிஷப் பந்த் ஒரு சாலை விபத்தில் சிக்கி, கடுமையாக பாதிக்கப்பட்டார். ஏற குறைய ஆறு மாதங்கள் படுத்த படுக்கையாக மருத்துவமனையில் அனுமதிக்க பட்டிருந்தார். அவருக்கு மருத்துவம் பார்த்த மருத்துவர்களும், அவருக்கு நெருக்கமான நண்பர்களும், இனி ரிஷப் பந்தால் கிரிக்கெட் விளையாட இயலாது என்றும் அவருடைய கிரிக்கெட் வாழ்க்கை அந்த விபத்தினால் முடிந்தது என்றும் நினைத்தார்கள்.

ஆனால் ரிஷப் பந்த்தின் மன உறுதியாலும் அசராத உடல் பயிற்சியாலும், சரியாக 16 மாதங்களுக்கு பிறகு மீண்டும் பழைய உத்வேகத்துடன் தன் கிரிக்கெட் பயணத்தை வெற்றிகரமாக தொடர்ந்து கொண்டுள்ளார்.

ரிஷப் பந்த்தின் இந்த செயலின் மூலம் நாம் ஒருவருடைய மன வலிமையின் முக்கியத்துவத்தை அறியலாம். வலிமையான மனம் படைத்தவரால் எந்த ஒரு கடின சூழலையும் எதிர்கொண்டு வெற்றி பெற முடியும் என்பதற்கு ரிஷப் பந்த்தின் வாழக்கை ஒரு எடுத்துக்காட்டு. அவருடைய போராடும் குணம் போற்றுதலுக்கு உரியது.

இவ்வாறாக கோபுவின் தந்தை தன் பேச்சை முடித்தார்.

தந்தையின் பேச்சை கேட்ட கோபுவுக்கும், அவருடைய தாயாருக்கும், கோபுவின் தங்கைக்கும் மிகுந்த மகிழ்ச்சி. அவர்கள் அனைவருக்கும் ஒரு உற்சாக பாணத்தை

பருகியது போல் இருந்தது, தங்களால் வாழ்க்கையில் பெரிதாக சாதிக்க முடியும் என்ற எண்ணம் தோன்றியது.

அனைவரும் கோபுவின் அப்பா திரு. ராமுவுக்கு நன்றி தெரிவித்தார்கள்.

கோபுவிற்கு அவரின் எண்ணம் போல் வாழ்க்கை சிறப்பாக அமைந்தது, அவர் நன்கு படித்து முடித்து பெரிய நிறுவனத்தில் வேலைக்கு சேர்ந்து பல வியத்தகு சாதனைகளை படைத்து சீரும் சிறப்புமாக வாழ்ந்தார்.

உங்கள் உத்வேகத்திற்காக, சில
வெற்றியாளர்களின் வாழ்கை குறிப்புகள்
(என்னை கவர்ந்த தலைமை பண்புகள்)

என் தந்தை திரு. கிருஷ்ணமாச்சாரி (KRISHNAMACHARI) அவர்கள்

இந்த மண்ணில் பிறந்த பெரும்பாலான குழந்தைகளை பொறுத்தமட்டில் அவர்களுடைய தந்தைதான் அவர்களின் முதல் சூப்பர் ஹீரோ. அந்த கருத்தில் மிகவும் உடன்பாடுள்ளவன் நான்.

என் தந்தை கிருஷ்ணமாச்சாரி அவர்கள் தமிழ் நாடு அரசு துறையில் வேலை செய்து ஓய்வு பெற்றவர்.

அவருடைய சிறு வயதிலேயே தாயை இழந்து அவரின் தந்தையின் அரவணைப்பில் வளர்ந்தார். அவர் எந்த ஒரு பிரதி பலனும் எதிர் பார்க்காமல் தன்னை

சுற்றி இருந்த அனைத்து சொந்த பந்தங்களையும் அரவணைத்து செல்வார்.

அவர்களுக்கு தன்னால் இயன்ற அனைத்து பொருள் உதவிகளும் சரீர உதவி பலவும் செய்தார்.

எந்த ஒரு கடினமான சூழ்நிலையிலும் அவர் பதட்ட பட்டு நான் பார்த்ததில்லை. இக்கட்டான சுழல்கள் அவரை சூழ்ந்தாலும் சிறிதும் கவலை கொள்ளாமல் அவருடைய இஷ்ட தெய்வமான சக்கர ராஜா என்று கடவுளின் பெயரை உச்சரித்தபடியே லாவகமாக அந்த பணியை செய்து முடிப்பார்.

அவருடைய தயாள குணமும் டேக் இட் ஈசி என்ற குணத்தையும் நான் நினைத்து பார்க்காத நாள் இல்லை. என் தந்தை இந்த பூ உலகை விட்டு மறைந்தாலும், நான் இந்த புத்தகத்தை எழுத அவருடைய பரிபூரண ஆசிகள் இருக்கும் என்று எனக்கு தெரியும்.

திரு. ஜான் வில்லியம்ஸ் (JOHN WILLIAMS) அவர்கள்

திரு. வில்லியம்ஸ் அவர்கள் ஆட்டோமொபைல் இண்டஸ்ட்ரியில் பலராலும் அறியப்பட்ட ஒரு நபர், பல சாதனைகளுக்கு சொந்தக்காரர்.

அவர் அயராது உழைக்கும் குணம் கொண்டவர். ஒரு பன் நாட்டு நிறுவனத்தை நிறுவி (Indo – Korean MNC) கடந்த இருபது வருடங்களுக்கு மேலாக அதின் நிர்வாக இயக்குனராக இருந்து

வெற்றிகரமாக இயங்கும் சூழலிலும், புதிய தொழில் நுட்பத்தின் மேல் உள்ள ஈர்ப்பினால், தன் பாதுகாப்பான மண்டலத்தை (Comfort zone) விட்டு வெளியில் வந்து, AWEV என்று ஒரு நிறுவனத்தை துவங்கி, ஒரு இளம் பொறியாளரை போல் துடிப்புடன் அயராது உழைத்து புதிய தொழில் நுட்பத்திற்கு ஏற்ப எலக்ட்ரிக் கார் பேட்டெரிஸ் (EV batteries) தயாரிப்புக்கு தேவையான ஆராய்ச்சியில் தன்னை ஈடு படுத்திக்கொண்டு, அதை வெற்றிகரமாக செய்து முடித்து தன்னை ஒரு பன்முகம் கொண்ட தொழிலதிபராக நிலை நிறுத்திக்கொண்டு அந்த நிறுவனத்தை ஒரு சிறந்த ஸ்தாபனமாக உருவெடுக்க செய்துள்ளார்.

அவருடைய பன்முகத்தன்மையும், வெளி நாடுகளுக்கு இணையாக நம் இந்திய நாட்டின் தரத்தை உயர்த்திப் பிடிக்கும் அவரின் குணமும், இளைஞர்களுக்கு சவால் விடும் அவரின் சுறுசுறுப்பு போன்ற குணங்களால் நான் வெகுவாக ஈர்க்கப்பட்டேன்.

நீங்கள் உங்கள் வாழ்க்கையில் பெரியதாக சாதிக்க விரும்பினால், முதல் படியாக உங்கள் ஆறுதல் மண்டலத்தை தியாகம் செய்ய நீங்கள் தயாராக இருக்க வேண்டும்.

ஆறுதல் மண்டலத்தை (Comfort Zone) விட்டு வெளி வர மறுத்து அதற்குள்ளேயே வாழ வேண்டும் என்ற உங்களின் மனப்பாங்கு (Survive within your comfort zone), உங்கள் வெற்றிக்கு மிகப்பெரிய தடையாக இருக்கும்.

திரு. ஸ்ரீதர் சம்பத் (SRIDHAR SAMPATH) அவர்கள்

ஸ்ரீதர் அவர்கள் ஒரு தொழில்முறை பொறியாளர், ஏற தாழ நாற்பது வருடங்கள் பல பன்னாட்டு நிறுவனங்களில் தலைமை செயல் அதிகாரியாக வேலை செய்து ஓய்வு பெற்றவர்.

பல பன்னாட்டு நிறுவனங்கள் இந்தியாவில் தொழில் துவங்க அடித்தளம் இட்டவர். இவர் ஒரு வேலையில் முழுவதுமாக ஈடுபடுவதற்கு முன்னரே, அதில் உள்ள அனைத்து நுட்பங்களையும், அதில் ஈடுபட போகும் நபர்களை பற்றிய ஒரு புரிதலையும் சேகரித்து கொள்வார்.

ஒரு செயலை துவங்குவதற்கு முன்னர், தான் எடுத்த காரியத்தில் வெற்றி பெறுவதற்காக அதை நன்கு திட்டமிடுவார்.

தான் சார்ந்த நிறுவனத்தின் எதிர் கால நலனை கருத்தில் கொண்டு பல திறமையான தலைவர்களை உருவாக்கினார் (Developed Potential Leaders).

அவரது சரியான முன்யோசனைகள் மற்றும் துல்லியமான திட்டமிடல் பல நிறுவனங்களை வேகமாக வளர்ச்சியடையவும், நிலையான முடிவுகளை வழங்கவும் உதவியது (Better Growth and Sustainable Results).

இவருடைய பன்முகத்தன்மையும், அவரை சார்ந்தவர்களுக்கு தொழில் நேர்த்தியுடன் சேர்த்து

நேர்மறையான வாழ்க்கை முறையையும் கற்று கொடுத்த அவருடைய மாண்பு என்னை வெகுவாக கவர்ந்தது.

ஒரு நல்ல தலைவனுக்கு முன் சிந்தனையும், நன்கு திட்டமிடும் திறனும் இருக்க வேண்டும். ஒரு சிறந்த தலைவருக்கு அழகு, எதிர் காலத்திற்கு தேவையான திறமையான பல தலைவர்களை உருவாக்க வேண்டும், இதன் மூலம் ஒருவரையே சார்ந்திருக்கும் வழக்கத்தை தவிர்க்க முடியும் (Identify and develop more potential leaders and reduce men dependency).

திரு. ராஜா (G. RAJAA) அவர்கள்

திரு. ராஜா 1960 ஆம் ஆண்டு நடுத்தர குடும்பத்தில் பிறந்தார், வணிகவியல் மற்றும் எம். காம் பட்டப்படிப்பை முடித்து, கணக்காளராக தனது வாழ்க்கையைத் தொடங்கி, சில காலங்கள் கழித்து ஒரு முன்னணி புகைப்பட தயாரிப்பு நிறுவனத்தில் தன்னை ஒரு சிறந்த விற்பனை மேலாளராக தயார் செய்துகொண்டு கிட்டத்தட்ட 11 ஆண்டுகள் வெற்றிகரமாக பணியாற்றினார்.

அவர் தன் வாழ்க்கையில் எதிர் பாராமல் ஏற்பட்ட மாற்றங்களையும் சவால்களாக ஏற்றுக்கொண்ட ஒரு மனிதர்.

அவர் 2008 இல் "NIKHILLS INNOVATIVE MANAGEMENT" என்ற பயிற்சி அகாடமியைத் துவங்கினார். அவரின் தனித்துவமான அணுகு முறையால் அவர் தமிழ்நாடு

மற்றும் தென்னிந்தியாவின் பிற பகுதிகளில் உள்ள பல முன்னணி பன்னாட்டு நிறுவனங்களுக்கு மிகவும் பரிச்சியமான முகமாகவும் முதல் தேர்வாகவும் விளங்குகிறார். அவர் தொடர்ந்து பல தலைவர்களை உருவாக்கி வருகிறார்.

மாற்றங்கள் மற்றும் சவால்களை பற்றிய அவருடைய பார்வை மற்றும் சிந்தனை, மாற்றங்களை விரைவாக எதிர் கொண்டு அதை தனக்கு சாதகமாக மாற்றிக் கொள்ளும் அவருடைய பண்பு என்னை வெகுவாக கவர்ந்தது.

மாறிவரும் சூழ்நிலைகளுக்கு ஏற்ப நம்மை தயார் செய்துக் கொண்டு சவால்களை எதிர்கொள்ளும் மன உறுதியை வளர்த்து கொள்ள வேண்டும்.

எனது நலம் விரும்பிகள் மற்றும் வழிகாட்டிகளுக்கு
நன்றி

என்னுடன் தோளோடு தோள் நின்று எனக்கு பல நேரங்களில் பல விதங்களில் எனக்கு உறுதுணையாகவும் உற்ற தோழனாகவும் செயல்பட்டு என்னை ஊக்க படுத்திய என் பள்ளி கால நண்பர்களுக்கு நன்றி.

1. **திரு. ஸ்ரீனிவாசன்** என்கின்ற சீனு, பழுகுவதற்கு இனிமை யானவர், சமூக சேவை செய்வதில் ஈடுபாடு உள்ளவர், இவர் கும்பகோணத்தில் வெற்றிகரமாக சுய தொழில் (மொத்த வியாபாரம்) செய்து வருகிறார்.

2. **திரு. முரளி ராஜா,** இவர் கும்பகோணத்தில் தொலைக்காட்சி விற்பனை மற்றும் சேவை மையத்தை நடத்தி வருகிறார். இவருடைய தனித்தன்மை, வளர்ந்து வரும் புதிய தொழில் நுட்பத்திற்கு ஏற்ப தன்னை தயார் படுத்திக்கொண்டு மற்ற நபர்களுக்கு ஒரு முன் உதாரணமாக இருக்கிறார்.

என் உடன்பிறவா சகோதரர்கள் போல் இருந்து என்னுடைய சுக துக்கங்களில் பங்கெடுத்து, எனக்கு ஒரு நல்ல தோழனாகவும் துணையாகவும் செயல்பட்டுக் கொண்டிருக்கும் என் முன்னால் சக ஊழியர்களுக்கு என் மனமார்ந்த நன்றி.

1. **திரு. நாகலிங்கம்** ஒரு பன்னாட்டு நிறுவனத்தில் தலைமை அதிகாரியாக இருக்கிறார். உயர்ந்தவர் தாழ்ந்தவர், பணம் படைத்தவர், ஏழை என்ற பேதம் இல்லாமல் அனைவரிடத்திலும் பழகுவார். பாரபட்சமில்லாமல் அனைவரிடத்திலும் உண்மையாகவும் நேர் மறையாகவும் பழகும் இவருடைய பண்பு என்னை வெகுவாக கவர்ந்தது.

2. **திரு. சரவண மூர்த்தி** ஒரு பன்னாட்டு நிறுவனத்தில் தலைமை அதிகாரியாக உள்ளார். எவராக இருந்தாலும், முன் பின் தெரியாதவராக இருந்தாலும், ஒருவர் துன்பத்தில் இருக்கிறார் என்றால் ஓடி சென்று முதல் நபராக உதவிக்கரம் நீட்டுவார், பல சந்தர்ப்பங்களில் மருத்துவமனை வரை சென்று சிலருக்கு உதவி செய்துள்ளார். அவர் தொழில்நுட்ப ரீதியாக

மிகவும் வலிமையாகவும், திறமைசாலியாகவும் இருந்தாலும் கூட எப்பொழுதும் அதை காட்சிப்படுத்தமாட்டார். இவருடைய இத்தகைய தலைமை பண்பு என்னை வெகுவாக கவர்ந்தது

3. **திரு. சுப்ரமணியன்** ஒரு பன்னாட்டு நிறுவனத்தில் தலைமை அதிகாரியாக உள்ளார். தான் வேலை செய்யும் உற்பத்தி ஆலையில், ஆபரேட்டர் முதல் மேலாளர் வரை அனைவரிடத்திலும் ஒரே மாதிரியான அணுகுமுறையை கொண்டு அனைவராலும் மிகவும் நேசிக்கப்படும் ஒரு சிறந்த மனிதர், அனைவரும் சமம் என்கின்ற இவருடைய பண்பு என்னை வெகுவாக கவர்ந்தது.

நூல் ஆசிரியரின் நன்றியுரை

இந்த புத்தகத்தை படித்த உங்களுக்கு முதலில் என் மனமார்ந்த நன்றியை தெரிவித்துக்கொள்கிறேன்.

"இவன் தனித்துவமானவன்" என்ற இந்த உரையை எழுதிய எனக்கு, இதை ரசித்து படித்த உங்களிடம் ஒரு சில விண்ணப்பங்கள்.

1. இந்த புத்தகத்தை நீங்கள் படித்தது எனக்கு சந்தோசம் தருகிறது என்றாலும்கூட, இதிலிருந்து தெரிந்துகொண்ட சூச்சமங்களை பயன் படுத்தி உங்கள் வாழ்க்கையில் வெற்றி கொண்டால் நான் எல்லையற்ற ஆனந்தமடைவேன்.

2. எந்த ஒரு சூழலிலும் நான் பதட்டமடைவதை தவிர்த்துவிட்டேன் என்று நீங்கள் சொன்னால் மகிழ்ச்சி.

3. எப்பொழுதும் நீங்கள் உங்கள் மனதை நேர்மறையாகவும் ஆற்றலை வளர்க்க கூடிய அளவிலும் வைத்துக்கொள்வேன் என்று சொன்னால் எனக்கு மகிழ்ச்சி.

4. குறுகிய மனப்பான்மை மற்றும் தாழ்வு மனப்பான்மையை விட்டு, தேவையற்ற பயத்தையும் எதிர்மறை எண்ணங்களை விட்டொழித்து நீங்கள் சந்தோசமாக வாழ்கிறீர்கள் என்று சொன்னால் எனக்கு மகிழ்ச்சி.

5. எக்காரணம் கொண்டும், எந்த சூழலிலும் பிறர் மீது பழி போடுவதையோ, பொறாமை கொள்வதையோ ஏற்கவும் மாட்டேன், செய்யவும் மாட்டேன் என்ற கொள்கையுடன் வாழ்ந்தால் எனக்கு மகிழ்ச்சி.

6. அடுத்தவர்கள் மீது அன்பும் பரிவும் காட்டி மனித உறவை வளர்த்து, அனைவரிடமும் கூடி வாழ்ந்து அதன்மூலம் நீங்கள் ஆனந்தமாய் வாழ்ந்தால் எனக்கு மகிழ்ச்சி.

7. எதையும் முடிக்கும் வல்லமை என்னிடம் உள்ளது என்றும், நான் சாதிக்க பிறந்தவன் என்ற எண்ணத்துடன் உங்கள் செயல்களில் வேகத்தையும் நேர்த்தியையும் வெளிப்படுத்தி வாழ்க்கையில் நீங்கள் முடி சூடா மன்னனாக வாழ்ந்தால் எனக்கு மகிழ்ச்சி.

என்றும் உங்கள் நலனை விரும்பும்
வெங்கடேஷ் கிருஷ்ணமாச்சாரி
rkvdirect@gmail.com

நன்றி! வணக்கம்!

என்றும் உங்கள் நலனை விரும்பும்
வெங்கடேஷ் கிருஷ்ணமாச்சாரி
rkvdirect@gmail.com

www.ingramcontent.com/pod-product-compliance
Lightning Source LLC
Chambersburg PA
CBHW021125130726
47988CB00003B/1163